The Self-Love Journey: Embracing Your Inner Radiance and Empowerment

ఆత్మ ప్రేమ ప్రయాణం: మీ లోపలి కాంతి మరియు సాధికారతను స్వీకరించడం

AF098862

Akriti

Copyright © [2023]

Author: Akriti

Title: The Self-Love Journey: Embracing Your Inner Radiance and Empowerment

All rights reserved. No part of this publication may be reproduced or transmitted in any form or by any means, electronic or mechanical, including photocopying, recording, or any information storage and retrieval system, without prior written permission from the author.

This book is a self-published work by the author Akriti

ISBN:

TABLE OF CONTENTS

Chapter 1: Introduction to the Self-Love Journey   10

- Defining self-love and its benefits
- Importance of self-love for overall well-being
- Identifying common obstacles to self-love
- Setting intentions for your self-love journey

Chapter 2: Uncovering the Inner Critic   18

- Recognizing the inner critic and its negative influence
- Identifying the root causes of negative self-talk
- Developing self-compassion and challenging limiting beliefs
- Practicing self-acceptance and forgiveness

Chapter 3: Nurturing Your Inner Child   27

- Reconnecting with your inner child and acknowledging past hurts
- Integrating and healing emotional wounds
- Cultivating playfulness and joy in your life
- Discovering your authentic needs and desires

Chapter 4: Embracing Your Body and Sensuality
35

- Challenging negative body image beliefs and cultivating self-acceptance
- Recognizing and celebrating your body's unique beauty and strength
- Exploring mindful movement and body-positive practices
- Reclaiming your sensuality and intimacy

Chapter 5: Building Healthy Relationships   43

- Setting boundaries and prioritizing self-care
- Identifying and ending toxic relationships
- Cultivating healthy communication and emotional intelligence
- Fostering authentic and supportive connections

Chapter 6: Finding Your Purpose and Passion 51

- Exploring your values and core beliefs
- Discovering your unique gifts and talents
- Setting meaningful goals and aligning them with your vision
- Taking action and embracing the journey of personal growth

Chapter 7: Maintaining and Celebrating Your Self-Love 60

- Integrating self-love practices into your daily life
- Cultivating gratitude and appreciating your progress
- Embracing challenges as opportunities for growth
- Sharing your light and inspiring others on their self-love journeys

TABLE OF CONTENTS

అధ్యాయం 1: ఆత్మ ప్రేమ ప్రయాణానికి పరిచయం   10

- ఆత్మ ప్రేమను నిర్వచించడం మరియు దాని ప్రయోజనాలు
- మొత్తం శ్రేయస్సు కోసం ఆత్మ ప్రేమ యొక్క ప్రాముఖ్యత
- ఆత్మ ప్రేమకు సాధారణ అడ్డంకులను గుర్తించడం
- మీ ఆత్మ ప్రేమ ప్రయాణానికి ఉద్దేశ్యాలను నిర్దేశించడం

అధ్యాయం 2: లోపలి విమర్శకుడిని బయటకు తీయడం   18

- లోపలి విమర్శకుడిని గుర్తించడం మరియు దాని ప్రతికూల ప్రభావం
- నెగటివ్ స్వీయ-మాట యొక్క మూల కారణాలను గుర్తించడం
- స్వీయ-కరుణను పెంపొందించడం మరియు పరిమిత దృక్పథాలను సవాలు చేయడం
- స్వీయ-స్వీకరణ మరియు క్షమతను పాటించడం

అధ్యాయం 3: మీ లోపలి బిడ్డను పోషించడం   27

- మీ లోపలి బిడ్డతో తిరిగి కనెక్ట్ అవ్వడం మరియు గత గాయాలను గుర్తించడం
- భావోద్వేగ గాయాలను సమగ్రపరచడం మరియు నయం చేయడం
- మీ జీవితంలో ఆటవిడుపు మరియు ఆనందాన్ని పెంపొందించడం
- మీ నిజమైన అవసరాలు మరియు కోరికలను కనుగొనడం

అధ్యాయం 4: మీ శరీరం మరియు సంచలనాత్మకతను స్వీకరించడం   35

- నెగటివ్ శరీర చిత్ర నమ్మకాలను సవాలు చేయడం మరియు స్వీయ-స్వీకరణను పెంపొందించడం
- మీ శరీరపు ప్రత్యేకమైన అందం మరియు బలాన్ని గుర్తించడం మరియు జరుపుకోవడం
- మైండ్‌ఫుల్ కదలిక మరియు శరీర-సానుకూల పద్ధతులను అన్వేషించడం
- మీ సంచలనాత్మకత మరియు సాన్నిహిత్యాన్ని తిరిగి పొందడం

అధ్యాయం 5: ఆరోగ్యకరమైన సంబంధాలను నిర్మించడం 43

- సరిహద్దులు ఏర్పరచుకోవడం మరియు స్వీయ-సంరక్షణకు ప్రాధాన్యత ఇవ్వడం
- విషపూరిత సంబంధాలను గుర్తించడం మరియు ముగించడం
- ఆరోగ్యకరమైన కమ్యూనికేషన్ మరియు భావోద్వేగ బుద్ధిని పెంపొందించడం
- నిజమైన మరియు సహాయక సంబంధాలను పెంపొందించడం

అధ్యాయం 6: మీ ఉద్దేశ్యం మరియు ఆసక్తిని కనుగొనడం 51

- మీ విలువలు మరియు ప్రాథమిక నమ్మకాలను అన్వేషించడం
- మీ ప్రత్యేకమైన బహుమతులు మరియు ప్రతిభలను కనుగొనడం
- అర్థవంతమైన లక్ష్యాలను నిర్దేశించుకోవడం మరియు వాటిని మీ దృష్టితో సమలేఖనం చేయడం
- చర్యలు తీసుకోవడం మరియు వ్యక్తిగత అభివృద్ధి ప్రయాణాన్ని స్వీకరించడం

అధ్యాయం 7: మీ ఆత్మ ప్రేమను నిర్వహించడం మరియు జరుపుకోవడం　　60

- ఆత్మ ప్రేమ పద్ధతులను మీ రోజువారీ జీవితంలో చేర్చడం
- కృతజ్ఞతను పెంపొందించడం మరియు మీ ప్రగతిని అభినందించడం
- సవాళ్లను ఎదుగుదల అవకాశాలుగా స్వీకరించడం
- మీ కాంతిని పంచుకోవడం మరియు ఇతరులకు వారి ఆత్మ ప్రేమ ప్రయాణంలో స్ఫూర్తినివ్వడం

Chapter 1: Introduction to the Self-Love Journey

అధ్యాయం 1: ఆత్మ ప్రేమ ప్రయాణానికి పరిచయం

ఆత్మ ప్రేమను నిర్వచించడం మరియు దాని ప్రయోజనాలు

ఆత్మ ప్రేమ అనేది మీ స్వంత విలువను మరియు అర్హతను అంగీకరించడం. ఇది మీరు మీరే ప్రేమిస్తారు, గౌరవిస్తారు మరియు మీరే శ్రద్ధగా చూసుకుంటారని అర్థం. ఆత్మ ప్రేమ అనేది మీ జీవితంలో శాంతి, ఆనందం మరియు సమృద్ధికి కీలకం.

ఆత్మ ప్రేమను నిర్వచించడానికి అనేక మార్గాలు ఉన్నాయి. ఒక నిర్వచనం ప్రకారం, ఆత్మ ప్రేమ అనేది మీరు మీరే పూర్తిగా అంగీకరించడం మరియు మీ మార్గంలో ఉన్న ప్రతిదాన్ని ప్రేమించడం. మరొక నిర్వచనం ప్రకారం, ఆత్మ ప్రేమ అనేది మీరు మీ స్వంత భావోద్వేగాలను అర్థం చేసుకోవడం మరియు వాటిని ఆరోగ్యకరమైన మార్గంలో వ్యక్తపరచడం.

ఆత్మ ప్రేమకు అనేక ప్రయోజనాలు ఉన్నాయి. ఇది మీరు మీ స్వంత జీవితంలో మరింత సంతోషంగా మరియు సంతృప్తిగా ఉండటానికి సహాయపడుతుంది. ఇది మీరు మరింత ఆరోగ్యంగా మరియు శక్తివంతంగా ఉండటానికి సహాయపడుతుంది. ఇది మీరు మంచి సంబంధాలను నిర్మించడానికి సహాయపడుతుంది.

ఆత్మ ప్రేమను పెంపొందించడానికి అనేక మార్గాలు ఉన్నాయి. మీరు చేయగలిగే కొన్ని విషయాలు ఇక్కడ ఉన్నాయి:

- మీరు ఎవరో మరియు మీరు ఏమి చేయగలరో అంగీకరించండి. మీ బలాలు మరియు బలహీనతలను అర్థం చేసుకోండి మరియు వాటిని స్వీకరించండి.

- మీరు చేసే ప్రతిదాన్ని కృతజ్ఞతతో చేయండి. మీ జీవితంలో ఉన్న మంచి విషయాలను గుర్తించండి మరియు వాటి కోసం కృతజ్ఞతగా ఉండండి.

- మీరే శ్రద్ధగా చూసుకోండి. మీ ఆరోగ్యం, మీ ఆహారం మరియు మీ అవసరాలపై దృష్టి పెట్టండి.

- మీ స్వంత సరిహద్దులను స్థాపించండి మరియు వాటిని గౌరవించండి. మీరు ఏమి చేయగలరో మరియు ఏమి చేయలేరో తెలుసుకోండి మరియు మీ స్వంత అవసరాలను మొదట ఉంచండి.

- మీ స్వంత భావోద్వేగాలను అర్థం చేసుకోండి మరియు వాటిని ఆరోగ్యకరమైన మార్గంలో వ్యక్తపరచండి. మీరు ఎలా అనిపిస్తున్నారో గుర్తించండి మరియు మీ భావోద్వేగాలను ఆరోగ్యకరమైన మార్గంలో వ్యక్తపరచడానికి మార్గాలను కనుగొనండి.

- మీరు విలువైనవారు మరియు ప్రేమించబడతారని నమ్ముండి. మీరు మీరే మరియు మీ సామర్థ్యాలపై నమ్మకం ఉంచండి.

మొత్తం శ్రేయస్సు కోసం ఆత్మ ప్రేమ యొక్క ప్రాముఖ్యత

ఆత్మ ప్రేమ అనేది మీ స్వంత విలువను మరియు అర్హతను అంగీకరించడం. ఇది మీరు మీరే ప్రేమిస్తారు, గౌరవిస్తారు మరియు మీరే శ్రద్ధగా చూసుకుంటారని అర్థం. ఆత్మ ప్రేమ అనేది మీ జీవితంలో శాంతి, ఆనందం మరియు సమృద్ధికి కీలకం.

మొత్తం శ్రేయస్సు అనేది మీరు మీ జీవితంలో శాంతి, ఆనందం మరియు సమృద్ధిని అనుభవించే స్థితి. ఇది మీరు మీ ఆరోగ్యం, మీ సంబంధాలు, మీ ఉద్యోగం మరియు మీ ఆత్మాశ్రయంతో సంతృప్తిగా ఉన్నప్పుడు.

ఆత్మ ప్రేమ అనేది మొత్తం శ్రేయస్సుకు అవసరమైన ఒక ముఖ్యమైన అంశం. ఇది మీరు మీ జీవితంలో మరింత సంతృప్తిగా మరియు సంతోషంగా ఉండటానికి సహాయపడుతుంది.

ఆత్మ ప్రేమ మీకు కలిగించే కొన్ని ప్రయోజనాలు ఇక్కడ ఉన్నాయి:

- మీరు మరింత సంతోషంగా మరియు సంతృప్తిగా ఉంటారు. మీరు మీరే ప్రేమిస్తే, మీరు మీ జీవితంలోని మంచి విషయాలను అభినందించడానికి మరియు మీరు చేసే ప్రతిదాన్ని అర్థం చేసుకోవడానికి మరింత అవకాశం ఉంటుంది.
- మీరు మరింత ఆరోగ్యంగా మరియు శక్తివంతంగా ఉంటారు. ఆత్మ ప్రేమ మీ శారీరక మరియు మానసిక ఆరోగ్యాన్ని మెరుగుపరచడంలో సహాయపడుతుంది.

- మీరు మరింత సానుకూల మరియు ఉత్పాదకంగా ఉంటారు. మీరు మీరే ప్రేమిస్తే, మీరు మరింత సానుకూలంగా ఆలోచించడానికి మరియు మీ లక్ష్యాలను సాధించడానికి మరింత ఉత్పాదకంగా ఉండటానికి అవకాశం ఉంటుంది.
- మీరు మరింత మంచి సంబంధాలను కలిగి ఉంటారు. మీరు మీరే ప్రేమిస్తే, మీరు ఇతరులను మరింత సులభంగా ప్రేమించగలరు మరియు మద్దతు ఇవ్వగలరు.

మీరు మీ ఆత్మ ప్రేమను పెంచుకోవడానికి ఈ క్రింది వాటిని చేయవచ్చు:

- మీరు ఎవరో మరియు మీరు ఏమి చేయగలరో అంగీకరించండి. మీ బలాలు మరియు బలహీనతలను అర్థం చేసుకోండి మరియు వాటిని స్వీకరించండి.
- మీరు చేసే ప్రతిదాన్ని కృతజ్ఞతతో చేయండి. మీ జీవితంలో ఉన్న మంచి విషయాలను గుర్తించండి మరియు వాటి కోసం కృతజ్ఞతగా ఉండండి.
- మీరే శ్రద్ధగా చూసుకోండి. మీ ఆరోగ్యం, మీ ఆహారం మరియు మీ అవసరాలపై దృష్టి పెట్టండి.

ఆత్మ ప్రేమకు సాధారణ అడ్డంకులను గుర్తించడం

ఆత్మ ప్రేమ అనేది మీ స్వంత విలువను మరియు అర్హతను అంగీకరించడం. ఇది మీరు మీరే ప్రేమిస్తారు, గౌరవిస్తారు మరియు మీరే శ్రద్ధగా చూసుకుంటారని అర్థం. ఆత్మ ప్రేమ అనేది మీ జీవితంలో శాంతి, ఆనందం మరియు సమృద్ధికి కీలకం.

అయితే, ఆత్మ ప్రేమను పెంచుకోవడం కష్టమైన పని కావచ్చు. మన జీవితాలలో అనేక అంశాలు మన ఆత్మ ప్రేమను దెబ్బతీయగలవు.

ఆత్మ ప్రేమకు సాధారణ అడ్డంకులలో కొన్ని ఇక్కడ ఉన్నాయి:

- లోపలి విమర్శకుడు: మనలో చాలా మందికి లోపలి విమర్శకుడు ఉంటాడు. ఈ లోపలి విమర్శకుడు మనం చేసే ప్రతిదాన్ని విమర్శిస్తాడు మరియు మనం ఎప్పుడూ తగినంత మంచిగా లేరని మనకు చెబుతుంది. ఈ లోపలి విమర్శకుడు మన ఆత్మ ప్రేమను దెబ్బతీస్తుంది.

- పరిమిత నమ్మకాలు: మనకు కొన్నిసార్లు మనం ఎప్పటికీ సాధించలేని లక్ష్యాలను సెట్ చేసుకోవడం జరుగుతుంది. లేదా, మనం మనం చేయగలిగే దాని కంటే తక్కువగా మనల్ని అంచనా వేస్తాము. ఈ పరిమిత నమ్మకాలు మన ఆత్మ ప్రేమను దెబ్బతీస్తాయి.

- గతంలోని గాయాలు: మన పూర్వ చరిత్రలో మనకు అనేక గాయాలు ఉండవచ్చు. ఈ గాయాలు మన ఆత్మ

ప్రేమను దెబ్బతీస్తాయి మరియు మనం మనలను ప్రేమించడం చాలా కష్టతరం చేస్తాయి.

- మన స్వంత శరీరాన్ని అంగీకరించకపోవడం: మన శరీరాన్ని అంగీకరించకపోవడం మన ఆత్మ ప్రేమను దెబ్బతీస్తుంది. మనం మన శరీరాన్ని అందంగా లేదా సరిపోదని భావిస్తే, మనం మనల్ని ప్రేమించడం చాలా కష్టతరం.

- మన స్వంత అవసరాలను విస్మరించడం: మన స్వంత అవసరాలను విస్మరించడం మన ఆత్మ ప్రేమను దెబ్బతీస్తుంది. మనం మన అవసరాలను మొదట ఉంచకపోతే, మనం మనల్ని సంపూర్ణంగా అనుభవించలేము.

మీరు మీ ఆత్మ ప్రేమను పెంచుకోవాలనుకుంటే, మీ ఆత్మ ప్రేమకు అడ్డంకులను గుర్తించడం ముఖ్యం. మీరు ఈ అడ్డంకులను గుర్తించడానికి, మీరు మీ ఆలోచనలు, భావాలు మరియు ప్రవర్తనలను పరిశీలించాలి. మీరు మీ ఆత్మ ప్రేమకు అడ్డంకులను గుర్తించగలిగితే, మీరు వాటిని అధిగమించడానికి చర్యలు తీసుకోవచ్చు.

మీ ఆత్మ ప్రేమ ప్రయాణానికి ఉద్దేశ్యాలను నిర్దేశించడం

ఆత్మ ప్రేమ అనేది మీ స్వంత విలువను మరియు అర్హతను అంగీకరించడం. ఇది మీరు మీరే ప్రేమిస్తారు, గౌరవిస్తారు మరియు మీరే శ్రద్ధగా చూసుకుంటారని అర్థం. ఆత్మ ప్రేమ అనేది మీ జీవితంలో శాంతి, ఆనందం మరియు సమృద్ధికి కీలకం.

మీరు మీ ఆత్మ ప్రేమను పెంచుకోవాలనుకుంటే, మీ ఆత్మ ప్రేమ ప్రయాణానికి ఉద్దేశ్యాలను నిర్దేశించడం ముఖ్యం. ఈ ఉద్దేశ్యాలు మీకు మార్గనిర్దేశం చేయడంలో మరియు మీ ప్రగతిని కొలవడంలో సహాయపడతాయి.

మీ ఆత్మ ప్రేమ ప్రయాణానికి కొన్ని ఉద్దేశ్యాలు ఇక్కడ ఉన్నాయి:

- నేను నా స్వంత విలువను మరియు అర్హతను అంగీకరిస్తాను.
- నేను నా స్వంత బలాలు మరియు బలహీనతలను అంగీకరిస్తాను.
- నేను నా స్వంత అవసరాలను మొదట ఉంచుతాను.
- నేను నా స్వంత శరీరాన్ని అంగీకరిస్తాను.
- నేను ఆరోగ్యకరమైన సంబంధాలను కలిగి ఉంటాను.

మీరు ఈ ఉద్దేశ్యాలను మీకు సరిపోయేలా సర్దుబాటు చేయవచ్చు. మీరు మీ స్వంత లక్ష్యాలను కూడా సెట్ చేయవచ్చు.

మీ ఆత్మ ప్రేమ ప్రయాణానికి ఉద్దేశ్యాలను నిర్దేశించడానికి కొన్ని చిట్కాలు ఇక్కడ ఉన్నాయి:

- మీరు ఏమి సాధించాలనుకుంటున్నారో గుర్తించండి. మీరు మీ ఆత్మ ప్రేమను ఎలా మెరుగుపరచాలనుకుంటున్నారు?
- మీ లక్ష్యాలు నిర్దిష్ట, అ measurable, achievable, relevant మరియు time-bound (SMART) అని నిర్ధారించుకోండి.
- మీ లక్ష్యాలను ఒక స్థానంలో రాయండి, తద్వారా మీరు వాటిని ప్రతిరోజూ చూడవచ్చు.

మీరు మీ ఆత్మ ప్రేమ ప్రయాణానికి ఉద్దేశ్యాలను నిర్దేశించిన తర్వాత, మీరు వాటిని సాధించడానికి చర్యలు తీసుకోవడం ప్రారంభించవచ్చు. చిన్న మార్పులతో ప్రారంభించండి మరియు మీరు ముందుకు సాగుతున్నప్పుడు మీ లక్ష్యాలను సర్దుబాటు చేయండి.

మీ ఆత్మ ప్రేమ ప్రయాణం ఒక జీవితకాల ప్రయాణం. మీరు ముందుకు సాగుతున్నప్పుడు మీరు మీ ఆత్మ ప్రేమను పెంచుకోవడం చూస్తారు.

Chapter 2: Uncovering the Inner Critic

అధ్యాయం 2: లోపలి విమర్శకుడిని బయటకు తీయడం

లోపలి విమర్శకుడిని గుర్తించడం మరియు దాని ప్రతికూల ప్రభావం

లోపలి విమర్శకుడు అనేది మనలో చాలా మందికి ఉండే ఒక శక్తివంతమైన భావోద్వేగం. ఇది మనం చేసే ప్రతిదాన్ని విమర్శిస్తుంది మరియు మనం ఎప్పుడూ తగినంత మంచిగా లేరని మనకు చెబుతుంది. లోపలి విమర్శకుడు మన ఆత్మ ప్రేమను దెబ్బతీస్తుంది మరియు మనం మనల్ని ప్రేమించడం చాలా కష్టతరం చేస్తుంది.

లోపలి విమర్శకుడిని గుర్తించడం

లోపలి విమర్శకుడిని గుర్తించడం ముఖ్యం. మీరు దానిని గుర్తించగలిగితే, మీరు దాని ప్రతికూల ప్రభావాన్ని తగ్గించడానికి చర్యలు తీసుకోవచ్చు.

లోపలి విమర్శకుడిని గుర్తించడానికి కొన్ని మార్గాలు ఇక్కడ ఉన్నాయి:

- మీరు మీరే ఎలా మాట్లాడుతున్నారో గమనించండి. మీరు మీరే ఎప్పుడైనా "నేను తప్పు చేశాను", "నేను చెడ్డవాడిని", లేదా "నేను ఎప్పటికీ ఈ పనిని చేయలేను" అని చెప్పుకుంటున్నారా?

- మీరు చేసే ప్రతిదాన్ని మీరు ఎలా విశ్లేషిస్తున్నారు? మీరు మీరు చేసే ప్రతిదానిపై ఎప్పుడైనా చాలా కఠినంగా ఉంటారా?
- మీరు ఇతరులతో ఎలా పోల్చుకుంటున్నారు? మీరు ఇతరులను మీ కంటే ఎక్కువ విలువైన లేదా సామర్థ్యం కలిగిన వ్యక్తులుగా ఎప్పుడైనా భావిస్తున్నారా?

లోపలి విమర్శకుడి ప్రతికూల ప్రభావం

లోపలి విమర్శకుడు మన జీవితంలో అనేక విధాలుగా ప్రతికూల ప్రభావాన్ని చూపుతుంది. ఇది మనకు క్రింది వాటిని కలిగిస్తుంది:

- తక్కువ ఆత్మ ప్రేమ: లోపలి విమర్శకుడు మనం ఎప్పుడూ తగినంత మంచిగా లేరని మనకు చెబుతుంది. ఇది మన ఆత్మ ప్రేమను దెబ్బతీస్తుంది మరియు మనం మనల్ని ప్రేమించడం చాలా కష్టతరం చేస్తుంది.
- ఆందోళన మరియు ఒత్తిడి: లోపలి విమర్శకుడు మనకు ఎల్లప్పుడూ ఏదో తప్పు జరుగుతోందని భయపెడుతుంది. ఇది ఆందోళన మరియు ఒత్తిడిని కలిగిస్తుంది.
- సమస్య పరిష్కారం మరియు నిర్ణయాలు తీసుకోవడంలో ఇబ్బంది: లోపలి విమర్శకుడు మనకు మన సామర్థ్యాలపై సందేహాన్ని కలిగిస్తుంది. ఇది సమస్య పరిష్కారం మరియు నిర్ణయాలు తీసుకోవడంలో ఇబ్బందిని కలిగిస్తుంది.

- మరణభయం: లోపలి విమర్శకుడు మనం చనిపోతే ఏమి జరుగుతుందో గురించి మనకు భయపెడుతుంది. ఇది మరణభయానికి దారితీస్తుంది.

నెగటివ్ స్వీయ-మాట యొక్క మూల కారణాలను గుర్తించడం

నెగటివ్ స్వీయ-మాట అనేది మనం మనల్ని మరియు మన సామర్థ్యాలను తిరస్కరించే విధంగా మనం మాట్లాడే విధానం. ఇది మన ఆత్మ ప్రేమను దెబ్బతీస్తుంది మరియు మనం మనల్ని ప్రేమించడం చాలా కష్టతరం చేస్తుంది.

నెగటివ్ స్వీయ-మాట యొక్క అనేక మూల కారణాలు ఉన్నాయి. వాటిలో కొన్ని ఇక్కడ ఉన్నాయి:

- పిల్లలప్పుడు మనం అనుభవించిన విమర్శ లేదా దుర్వినియోగం: మనం పిల్లలప్పుడు, మనం మన తల్లిదండ్రులు, పెద్దవారి లేదా ఇతర ముఖ్యమైన వ్యక్తుల నుండి విమర్శ లేదా దుర్వినియోగాన్ని అనుభవించవచ్చు. ఈ అనుభవాలు మనల్ని మనల్ని ప్రేమించడం కష్టతరం చేయడానికి మరియు మనం తప్పుదోవ పట్టడానికి దారితీయవచ్చు.

- మా స్వంత అంచనాలు మరియు నమ్మకాలు: మనం మనల్ని గురించి కలిగి ఉన్న అంచనాలు మరియు నమ్మకాలు కూడా నెగటివ్ స్వీయ-మాటకు దారితీయవచ్చు. మనం మనం ఎప్పటికీ తగినంత మంచిగా లేమని లేదా మనం ఇతరుల కంటే తక్కువ విలువైనవారమని నమ్ముతుంటే, మనం మనల్ని మరింత కఠినంగా విమర్శించే అవకాశం ఉంది.

- మా సోషల్ మీడియా వినియోగం: సోషల్ మీడియాలో మనం చూసే అందమైన మరియు విజయవంతమైన వ్యక్తుల చిత్రాలు మనల్ని మనల్ని తక్కువగా అనుభూతి చెందేలా చేయవచ్చు. మనం మనల్ని

ఇతరులతో పోల్చుకుంటే, మనం ఎప్పటికీ తగినంత మంచిగా లేమని భావించే అవకాశం ఉంది.

నెగటివ స్వీయ-మాట యొక్క మూల కారణాలను గుర్తించడం ముఖ్యం. మీరు మీ నెగటివ స్వీయ-మాటకు కారణమయ్యే అంశాలను గుర్తించగలిగితే, మీరు దానిని ఎదుర్కోవడానికి చర్యలు తీసుకోవడం ప్రారంభించవచ్చు.

నెగటివ స్వీయ-మాటను ఎదుర్కోవడానికి కొన్ని మార్గాలు ఇక్కడ ఉన్నాయి:

- మీరు ఎలా మాట్లాడుతున్నారో గమనించండి. మీరు మీరే ఎప్పుడైనా "నేను తప్పు చేశాను", "నేను చెడ్డవాడిని", లేదా "నేను ఎప్పటికీ ఈ పనిని చేయలేను" అని చెప్పుకుంటున్నారా? మీరు మీ మాటలను మరింత సానుకూలంగా మార్చడానికి ప్రయత్నించండి.

- మీ స్వంత విలువను గుర్తుంచుకోండి. మీరు ఎవరో మరియు మీరు చేసే దానికి విలువైనవారని మీకు గుర్తు చేయడం ముఖ్యం.

స్వీయ-కరుణను పెంపొందించడం మరియు పరిమిత దృక్పథాలను సవాలు చేయడం

స్వీయ-కరుణ అనేది మనం మనల్ని క్షమించడం మరియు మన తప్పులను అంగీకరించడం. ఇది మనకు మరింత సహనం మరియు దయతో ఉండటానికి సహాయపడుతుంది. పరిమిత దృక్పథం అనేది మనం మనం ఎవరో మరియు మనం ఏమి చేయగలమో గురించి తక్కువ అంచనాలు కలిగి ఉండటం. ఇది మనకు మరింత నిరాశ మరియు ఒత్తిడిని కలిగిస్తుంది.

స్వీయ-కరుణను పెంపొందించడం మరియు పరిమిత దృక్పథాలను సవాలు చేయడం వలన మనం మరింత ఆనందంగా, సంతృప్తికరంగా మరియు విజయవంతంగా ఉండటానికి సహాయపడుతుంది.

స్వీయ-కరుణను పెంపొందించడానికి కొన్ని మార్గాలు ఇక్కడ ఉన్నాయి:

- మీరు చేసే తప్పులను క్షమించండి. మనం అందరం తప్పులు చేస్తాము. మనం చేసే తప్పులను క్షమించడం ముఖ్యం.
- మీరే మీ లోపాలతో అంగీకరించండి. మనం అందరికీ బలాలు మరియు బలహీనతలు ఉన్నాయి. మనం అందరికీ తప్పులు చేస్తాము. మనం అందరిలాగే ముఖ్యమైనవారమని మనకు తెలుసుకోవడం ముఖ్యం.
- మీరు చేయగలిగే మంచి పనులపై దృష్టి పెట్టండి. మనం ఎల్లప్పుడూ మెరుగుపడడానికి

ప్రయత్నిస్తున్నాము. మనం చేయగలిగే మంచి పనులపై దృష్టి పెట్టడం ముఖ్యం.

పరిమిత దృక్పథాలను సవాలు చేయడానికి కొన్ని మార్గాలు ఇక్కడ ఉన్నాయి:

- మీరు ఎలా ఆలోచిస్తారో గమనించండి. మీరు మీ గురించి లేదా మీ సామర్థ్యాల గురించి ఎలా ఆలోచిస్తారో గమనించండి. మీరు మీ ఆలోచనలను సవాలు చేయడానికి ప్రయత్నించండి.

- మీరు ఎవరో మరియు మీరు ఏమి చేయగలరో గురించి కొత్త విషయాలను నేర్చుకోండి. కొత్త విషయాలను నేర్చుకోవడం ద్వారా, మీరు మీ స్వంత మరియు ఇతరుల గురించి మరింత తెలుసుకోవచ్చు.

- మీరు విశ్వసించే వాటిని సవాలు చేయడానికి ఇతరులతో మాట్లాడండి. ఇతరులతో మాట్లాడటం ద్వారా, మీరు మీ ఆలోచనలను మరింత వివరంగా పరిశీలించవచ్చు.

స్వీయ-కరుణ మరియు పరిమిత దృక్పథాలను సవాలు చేయడం అనేది ఒక జీవితకాల ప్రయాణం. మీరు ఈ రెండు విషయాలపై పని చేయడం ప్రారంభించినప్పుడు, మీరు మీ జీవితంలో మెరుగుదలలను చూడటం ప్రారంభిస్తారు.

స్వీయ-స్వీకరణ మరియు క్షమతను పాటించడం

స్వీయ-స్వీకరణ అనేది మనం ఎవరో మరియు మనం ఏమి చేయగలమో గురించి మనల్ని అంగీకరించడం. ఇది మనకు మరింత ఆనందంగా, సంతృప్తికరంగా మరియు విజయవంతంగా ఉండటానికి సహాయపడుతుంది. క్షమత అనేది మనం చేసిన తప్పులను మరియు ఇతరుల చేసిన తప్పులను అంగీకరించడం మరియు వదిలివేయడం. ఇది మనకు మరింత సమాధానం ఇవ్వడానికి మరియు మరింత సంతోషంగా ఉండటానికి సహాయపడుతుంది.

స్వీయ-స్వీకరణను పెంపొందించడానికి కొన్ని మార్గాలు ఇక్కడ ఉన్నాయి:

- మీరు ఎవరో మరియు మీరు ఏమి చేయగలరో గురించి మరింత తెలుసుకోండి. మీ బలాలు మరియు బలహీనతలను అర్థం చేసుకోండి.

- మీరు చేసే తప్పుల నుండి నేర్చుకోండి. మీరు చేసిన తప్పుల నుండి నేర్చుకోవడం ద్వారా, మీరు మెరుగుపడటానికి మరియు మీ స్వంత వ్యక్తిగా అభివృద్ధి చెందడానికి మార్గాలను కనుగొనవచ్చు.

- మీరు అందంగా మరియు విలువైనవారని మీకు గుర్తుంచుకోండి. మీరు ఎవరో మరియు మీరు ఏమి చేయగలరో గురించి మీకు గర్వంగా ఉండండి.

క్షమతను పెంపొందించడానికి కొన్ని మార్గాలు ఇక్కడ ఉన్నాయి:

- మీరు చేసిన తప్పులను గుర్తించండి. మీరు చేసిన తప్పులను గుర్తించడం ద్వారా, మీరు వాటిని క్షమించడం ప్రారంభించవచ్చు.

- మీరు క్షమించడానికి సిద్ధంగా ఉండండి. క్షమించడానికి సిద్ధంగా ఉండటం ద్వారా, మీరు మీ జీవితం నుండి హృదయపూర్వకంగా కదలడం ప్రారంభించవచ్చు.

- మీరు క్షమిస్తున్నారని చెప్పండి. మీరు క్షమిస్తున్నారని చెప్పడం ద్వారా, మీరు మీ భావాలను వ్యక్తపరచవచ్చు మరియు మీ జీవితాన్ని ముందుకు తీసుకెళ్ళడం ప్రారంభించవచ్చు.

స్వీయ-స్వీకరణ మరియు క్షమత అనేవి జీవితంలో విలువైన నైపుణ్యాలు. ఈ నైపుణ్యాలను అభివృద్ధి చేయడం ద్వారా, మీరు మరింత ఆనందంగా, సంతృప్తికరంగా మరియు విజయవంతంగా ఉండటానికి మార్గాలను కనుగొనవచ్చు.

Chapter 3: Nurturing Your Inner Child

అధ్యాయం 3: మీ లోపలి బిడ్డను పోషించడం

మీ లోపలి బిడ్డతో తిరిగి కనెక్ట్ అవ్వడం మరియు గత గాయాలను గుర్తించడం

మనందరిలోనూ ఒక లోపలి బిడ్డ ఉంటుంది. అది మన అభివృద్ధి దశలోని మనమే. అది ఆశాభావం, ఆనందం, కుతూహలం మరియు ప్రేమతో నిండి ఉంటుంది. కానీ మనం పెరిగే కొద్దీ, మనం ఈ లోపలి బిడ్డను కోల్పోయే అవకాశం ఉంది. మనం గాయపడతాము, అణచివేయబడతాము, మరియు మన భావోద్వేగాలను అణచివేస్తాము. మనం మన స్వంత విలువను మరియు సామర్ధ్యాలను నమ్మడం మానేస్తాము.

మన లోపలి బిడ్డతో తిరిగి కనెక్ట్ అవ్వడం చాలా ముఖ్యం. ఇది మనకు మరింత ఆనందం, సంతృప్తి మరియు సమగ్రతను కలిగిస్తుంది. ఇది మనకు మన స్వంత జీవితంలోని నిజమైన ఉద్దేశ్యాన్ని కనుగొనడంలో సహాయపడుతుంది.

మన లోపలి బిడ్డతో తిరిగి కనెక్ట్ అవ్వడానికి, మనం మొదట మన గత గాయాలను గుర్తించాలి. మనం ఎప్పుడు గాయపడ్డాము? మనం ఎలా అణచివేయబడ్డాము? మనం ఎలా మన భావోద్వేగాలను అణచివేశాము?

మన గాయాలను గుర్తించడానికి, మనం మన చిన్నతనం గురించి ఆలోచించాలి. మనం ఎలాంటి సంఘటనలను

అనుభవించాము? మనం ఎలాంటి మాటలు విన్నాము? మనం ఎలాంటి వ్యక్తులతో సంబంధం కలిగి ఉన్నాము?

మన గాయాలను గుర్తించడానికి, మనం మన భావోద్వేగాలను కూడా గమనించాలి. మనం ఎప్పుడు బాధపడతాము? మనం ఎప్పుడు కోపంగా ఉంటాము? మనం ఎప్పుడు భయపడతాము?

మన గాయాలను గుర్తించడం ఒక కష్టమైన ప్రక్రియ కావచ్చు. కానీ ఇది చాలా ముఖ్యమైనది. మన గాయాలను గుర్తించకపోతే, మనం వాటిని నయం చేయలేము.

మన గాయాలను గుర్తించిన తర్వాత, వాటిని నయం చేయడానికి మనం ప్రారంభించవచ్చు. గాయాలను నయం చేయడానికి అనేక మార్గాలు ఉన్నాయి. కొంతమంది థెరపీని ఉపయోగిస్తారు, కొంతమంది ధ్యానం లేదా మనశ్శాంతి వంటి ఆధ్యాత్మిక పద్ధతులను ఉపయోగిస్తారు.

భావోద్వేగ గాయాలను సమగ్రపరచడం మరియు నయం చేయడం

భావోద్వేగ గాయాలు అనేవి మన చిన్నతనంలో మనం అనుభవించే నొప్పి మరియు బాధ. అవి మన భావోద్వేగాలను ఎలా నిర్వహించాలో, ఇతరులతో సంబంధాలను ఎలా నిర్మించాలో మరియు మన స్వంత విలువను ఎలా భావించాలో మనపై ప్రభావం చూపుతాయి.

భావోద్వేగ గాయాల యొక్క కొన్ని సాధారణ లక్షణాలు:

- బాధ, కోపం, నిరాశ, భయం వంటి భావోద్వేగాలను నిర్వహించడంలో ఇబ్బంది
- ఇతరులతో బాధ్యతాయుతమైన సంబంధాలను ఏర్పరచుకోవడంలో ఇబ్బంది
- తనను తాను విలువైనదిగా లేదా ప్రేమించబడే వ్యక్తిగా భావించలేకపోవడం

భావోద్వేగ గాయాలను సమగ్రపరచడం మరియు నయం చేయడం ఒక ప్రక్రియ. ఇది సమయం మరియు కృషి అవసరం.

భావోద్వేగ గాయాలను సమగ్రపరచడానికి మరియు నయం చేయడానికి కొన్ని మార్గాలు ఇక్కడ ఉన్నాయి:

- మీ గాయాలను అర్థం చేసుకోండి. మీరు ఎప్పుడు, ఎలా గాయపడ్డారో అర్థం చేసుకోవడం చాలా ముఖ్యం. మీ గాయాల యొక్క మూలాలను అర్థం చేసుకోవడం వాటిని నయం చేయడంలో మీకు సహాయపడుతుంది.

- మీ భావాలను అంగీకరించండి. మీ గాయాల కారణంగా మీరు అనుభవించే భావాలను అంగీకరించడం కూడా చాలా ముఖ్యం. మీరు బాధపడటానికి అర్హులు. మీ భావాలను అణచివేయడం వాటిని మరింత తీవ్రతరం చేస్తుంది.

- మీ కోసం కరుణ చూపండి. మీరు గాయపడ్డారు మరియు మీరు కోలుకోవడానికి సమయం అవసరం. మీరు చేసిన తప్పుల కోసం మీరే క్షమించుకోండి మరియు మీ కోసం కరుణ చూపండి.

- మీ భావోద్వేగాలను నిర్వహించడం నేర్చుకోండి. మీ గాయాల కారణంగా మీరు భావోద్వేగాలను నిర్వహించడంలో ఇబ్బందిపడుతుంటే, మీ భావాలను ఎలా ఆరోగ్యకరమైన మార్గంలో నిర్వహించాలో నేర్చుకోవడం ముఖ్యం. థెరపీ, ధ్యానం లేదా మనశ్శాంతి వంటి అనేక మార్గాలు ఉన్నాయి.

- ఆరోగ్యకరమైన సంబంధాలను ఏర్పరచుకోండి. ఆరోగ్యకరమైన సంబంధాలు మీకు మద్దతు మరియు ప్రేమను అందించడంలో సహాయపడతాయి. మీ గాయాల గురించి నమ్మదగిన వ్యక్తులతో మాట్లాడటం కూడా మీకు మద్దతును అందిస్తుంది.

మీ జీవితంలో ఆటవిడుపు మరియు ఆనందాన్ని పెంపొందించడం

ఆటవిడుపు మరియు ఆనందం అనేవి మన జీవితంలో చాలా ముఖ్యమైన అంశాలు. అవి మనకు ఆరోగ్యాన్ని, సంతృప్తిని మరియు సంపూర్ణతను అందిస్తాయి.

ఆటవిడుపు అనేది ఒక రకమైన విశ్రాంతి, ఇది మనకు వినోదం మరియు ఆనందాన్ని అందిస్తుంది. అది మన భావోద్వేగాలను సానుకూలంగా ప్రభావితం చేస్తుంది మరియు మన శారీరక మరియు మానసిక ఆరోగ్యాన్ని మెరుగుపరుస్తుంది.

ఆనందం అనేది ఒక సానుకూల భావోద్వేగం, ఇది మనకు సంతోషం మరియు సంతృప్తిని అందిస్తుంది. అది మన జీవితంలోని సానుకూల అంశాలపై దృష్టి పెట్టడంలో మనకు సహాయపడుతుంది మరియు మనకు మరింత స్పష్టమైన మరియు సానుకూల దృక్పథాన్ని అందిస్తుంది.

మీ జీవితంలో ఆటవిడుపు మరియు ఆనందాన్ని పెంపొందించడానికి కొన్ని మార్గాలు ఇక్కడ ఉన్నాయి:

- మీకు ఇష్టమైన విషయాలను చేయడానికి సమయం కేటాయించండి. ఇది మీకు ఆనందాన్ని మరియు వినోదాన్ని అందించే ఏదైనా కావచ్చు, ఉదాహరణకు, మీరు ఇష్టపడే క్రీడను ఆడటం, సంగీతాన్ని వినడం, పుస్తకాలు చదవడం లేదా మీ స్నేహితులతో సమయం గడపడం.

- మీ భావాలను అంగీకరించండి మరియు వాటిని వ్యక్తపరచండి. ఆనందం అనేది ఒక సానుకూల

భావోద్వేగం, కానీ ఇతర భావాలను కూడా అంగీకరించడం చాలా ముఖ్యం, ఉదాహరణకు, బాధ, కోపం లేదా భయం. మీ భావాలను వ్యక్తపరచడం మీకు వాటిని బాగా అర్థం చేసుకోవడంలో మరియు వాటితో వ్యవహరించడంలో సహాయపడుతుంది.

- ఆరోగ్యకరమైన సంబంధాలను ఏర్పరచుకోండి. ఆనందాన్ని పెంపొందించడంలో ఆరోగ్యకరమైన సంబంధాలు చాలా ముఖ్యమైనవి. మీకు మద్దతు మరియు ప్రేమను అందించే వ్యక్తులతో మీరు సమయం గడపడం మీకు సంతోషాన్ని మరియు సంతృప్తిని అందిస్తుంది.

- మీ జీవితంలో అర్థం మరియు ఉద్దేశ్యాన్ని కనుగొనండి. మీరు ఏమి చేస్తున్నారో మీకు అర్థం ఉంటే, అది మీకు మరింత ఆనందాన్ని మరియు సంతృప్తిని అందిస్తుంది. మీరు మీ జీవితంలో ఏమి చేయాలనుకుంటున్నారో మరియు మీరు ఎవరు కావాలనుకుంటున్నారో తెలుసుకోవడానికి సమయం కేటాయించండి.

మీ నిజమైన అవసరాలు మరియు కోరికలను కనుగొనడం

మన జీవితంలో మనం సంతోషంగా మరియు సంతృప్తిగా ఉండాలంటే, మనం మన నిజమైన అవసరాలు మరియు కోరికలను అర్థం చేసుకోవాలి. అవి ఏమిటి? మనం వాటిని ఎలా కనుగొనవచ్చు?

మన నిజమైన అవసరాలు మరియు కోరికలు మన హృదయం నుండి వస్తాయి. అవి మనకు ఒక నిర్దిష్ట మార్గంలో ఉండాలనే కోరికను కలిగిస్తాయి. అవి మనకు సంతృప్తి మరియు సంపూర్ణతను అందిస్తాయి.

మన నిజమైన అవసరాలు మరియు కోరికలను కనుగొనడానికి కొన్ని మార్గాలు ఇక్కడ ఉన్నాయి:

- మీ భావాలను అంగీకరించండి. మీరు ఎప్పుడు సంతోషంగా ఉన్నారో, ఎప్పుడు బాధపడుతున్నారో, ఎప్పుడు కోరుకుంటున్నారో తెలుసుకోండి. మీ భావాలు మీకు మీ అవసరాలు మరియు కోరికల గురించి చాలా చెబుతాయి.

- మీకు ఇష్టమైన విషయాలను చేయండి. మీకు ఆనందాన్ని మరియు సంతృప్తిని అందించే విషయాలు ఏమిటి? మీకు ఇష్టమైన విషయాలను చేయడం మీకు మీ అవసరాలు మరియు కోరికల గురించి తెలుసుకోవడంలో సహాయపడుతుంది.

- మీ జీవితంలోని మీరు ప్రశంసించే వ్యక్తులతో మాట్లాడండి. వారు మీరు ఎవరు మరియు మీరు ఏమి చేయాలనుకుంటున్నారో గురించి మీకు మంచి అవగాహనను ఇవ్వగలరు.

మీ నిజమైన అవసరాలు మరియు కోరికలను కనుగొనడం ఒక ప్రక్రియ. ఇది సమయం మరియు కృషి అవసరం. కానీ ఇది మీ జీవితంలో మీరు మరింత సంతోషంగా మరియు సంతృప్తిగా ఉండటంలో సహాయపడుతుంది.

మీ నిజమైన అవసరాలు మరియు కోరికలను కనుగొనడానికి మీకు సహాయపడే కొన్ని ప్రశ్నలు ఇక్కడ ఉన్నాయి:

- మీరు జీవితంలో ఏమి చేయాలనుకుంటున్నారు?
- మీరు ఎలాంటి సంబంధాలను కలిగి ఉండాలనుకుంటున్నారు?
- మీరు ఎలాంటి జీవనశైలిని కలిగి ఉండాలనుకుంటున్నారు?
- మీరు ఏమి సాధించాలనుకుంటున్నారు?

ఈ ప్రశ్నలకు సమాధానం ఇవ్వడం మీకు మీ అవసరాలు మరియు కోరికల గురించి మరింత తెలుసుకోవడంలో సహాయపడుతుంది.

మీ నిజమైన అవసరాలు మరియు కోరికలను కనుగొనడానికి మీరు ప్రయత్నిస్తున్నట్లయితే, ఓపికగా ఉండండి. ఇది సమయం తీసుకునే ప్రక్రియ. కానీ ఇది మీ జీవితంలో మీరు మరింత సంతోషంగా మరియు సంతృప్తిగా ఉండటంలో సహాయపడుతుంది.

Chapter 4: Embracing Your Body and Sensuality
అధ్యాయం 4: మీ శరీరం మరియు సంచలనాత్మకతను స్వీకరించడం

నెగటివ్ శరీర చిత్ర నమ్మకాలను సవాలు చేయడం మరియు స్వీయ-స్వీకరణను పెంపొందించడం

నెగటివ్ శరీర చిత్రం అనేది ఒక వ్యక్తి తన శరీరాన్ని ఏదో ఒక విధంగా అసంతృప్తిగా లేదా తక్కువగా భావించే స్థితి. ఇది తరచుగా ఆందోళన, నిరాశ మరియు బాధ వంటి భావోద్వేగాలకు దారితీస్తుంది.

నెగటివ్ శరీర చిత్రాన్ని కలిగి ఉన్న వ్యక్తులు తరచుగా వారి శరీరంలోని నిర్దిష్ట లక్షణాల గురించి చాలా ఆందోళన చెందుతుంటారు. వారు తమ శరీరం చాలా లావుగా లేదా బరువు తక్కువగా ఉందని, వారి చర్మం చాలా ముడతలు పడింది లేదా వారి కళ్ళు చాలా చిన్నవిగా ఉన్నాయని ఆందోళన చెందుతుంటారు.

నెగటివ్ శరీర చిత్రం అనేది అనేక కారకాల వల్ల సంభవించవచ్చు. ఇది జీవితంలోని సంఘటనల వల్ల, సంస్కృతి నుండి వచ్చే ఒత్తిడి ద్వారా లేదా వ్యక్తిగత అనుభవాల ద్వారా సంభవించవచ్చు.

నెగటివ్ శరీర చిత్రాన్ని నిర్వహించడం కష్టం కావచ్చు. ఇది మానసిక ఆరోగ్య సమస్యలకు దారితీయవచ్చు, అలాగే ఆహార ప్రవర్తన మరియు శారీరక శ్రమ వంటి ప్రవర్తనలను ప్రభావితం చేయవచ్చు.

నెగటివ్ శరీర చిత్రాన్ని సవాలు చేయడం మరియు స్వీయ-స్వీకరణను పెంపొందించడం అనేది ఒక ప్రక్రియ. ఇది సమయం మరియు కృషి అవసరం.

నెగటివ్ శరీర చిత్రాన్ని సవాలు చేయడానికి మరియు స్వీయ-స్వీకరణను పెంపొందించడానికి కొన్ని మార్గాలు ఇక్కడ ఉన్నాయి:

- మీ శరీరాన్ని అర్థం చేసుకోండి. మీ శరీరం ఎలా పని చేస్తుందో, అది మీకు ఏమి చేస్తోందో తెలుసుకోండి. మీ శరీరంలోని ప్రతి భాగం యొక్క ప్రాముఖ్యతను అర్థం చేసుకోండి.

- మీ శరీరం యొక్క మంచి భాగాలను గుర్తించండి. మీ శరీరం యొక్క మీకు ఇష్టమైన భాగాలను గుర్తించండి. వాటిని ప్రశంసించండి మరియు వాటిని అంగీకరించండి.

- మీ శరీరాన్ని ఇతరులతో పోల్చడం మానుకోండి. ప్రతి ఒక్కరి శరీరం భిన్నంగా ఉంటుంది. మీరు మీ శరీరాన్ని ఇతరుల శరీరాలతో పోల్చడం ద్వారా మీరు మీ శరీరాన్ని తిరస్కరించడానికి మరియు అసంపూర్ణంగా భావించడానికి మార్గాలను కనుగొంటారు.

మీ శరీరపు ప్రత్యేకమైన అందం మరియు బలాన్ని గుర్తించడం మరియు జరుపుకోవడం

మన శరీరాలు మనం ఎవరో మరియు మనం ఏమి చేయగలమో చూపించే అద్భుతమైన సాధనాలు. అవి మనకు ఆహారం ఇస్తాయి, మనల్ని కదిలిస్తాయి మరియు మనకు ఆనందాన్ని అందిస్తాయి. అవి మన జీవితంలో ఒక ముఖ్యమైన భాగం.

అయితే, మనం తరచుగా మన శరీరాలను సరిపోవడానికి లేదా అసంపూర్ణంగా భావిస్తాము. మనం మన శరీరాల గురించి నెగటివ్ ఆలోచనలను కలిగి ఉంటాము, అవి మన ఆత్మస్థైర్యం మరియు స్వీయ-అభిమానాన్ని దెబ్బతీస్తాయి.

మన శరీరాల యొక్క ప్రత్యేకమైన అందం మరియు బలాన్ని గుర్తించడం మరియు జరుపుకోవడం ముఖ్యం. ఇది మనం మన శరీరాలను ఎక్కువగా అంగీకరించడానికి మరియు మనల్ని మనం ఎవరోగా ప్రేమించడానికి సహాయపడుతుంది.

మీ శరీరపు ప్రత్యేకమైన అందం మరియు బలాన్ని గుర్తించడానికి మరియు జరుపుకోవడానికి కొన్ని మార్గాలు ఇక్కడ ఉన్నాయి:

- మీ శరీరాన్ని అర్థం చేసుకోండి. మీ శరీరం ఎలా పని చేస్తుందో, అది మీకు ఏమి చేస్తోందో తెలుసుకోండి. మీ శరీరంలోని ప్రతి భాగం యొక్క ప్రాముఖ్యతను అర్థం చేసుకోండి.

- మీ శరీరం యొక్క మంచి భాగాలను గుర్తించండి. మీ శరీరం యొక్క మీకు ఇష్టమైన భాగాలను గుర్తించండి.

వాటిని ప్రశంసించండి మరియు వాటిని అంగీకరించండి.

- మీ శరీరాన్ని ఇతరులతో పోల్చడం మానుకోండి. ప్రతి ఒక్కరి శరీరం భిన్నంగా ఉంటుంది. మీరు మీ శరీరాన్ని ఇతరుల శరీరాలతో పోల్చడం ద్వారా మీరు మీ శరీరాన్ని తిరస్కరించడానికి మరియు అసంపూర్ణంగా భావించడానికి మార్గాలను కనుగొంటారు.

- మీ శరీరం గురించి సానుకూలమైన సందేశాలను ప్రేరేపించండి. మీరు చూసే మరియు వినే మాటలపై శ్రద్ధ వహించండి. మీ శరీరాన్ని స్పష్టంగా మరియు గౌరవప్రదంగా చిత్రీకరించే సానుకూలమైన సందేశాలను చూడండి మరియు వినండి.

మైండ్‌ఫుల్ కదలిక మరియు శరీర-సానుకూల పద్ధతులను అన్వేషించడం

మైండ్‌ఫుల్ కదలిక మరియు శరీర-సానుకూల పద్ధతులు అనేవి మన శరీరాలతో మరింత అవగాహన మరియు సంబంధాన్ని పెంచడానికి సహాయపడే పద్ధతులు. అవి మన శరీర భావాలను అర్థం చేసుకోవడంలో, మన శరీరాలను మరింత సమర్ధవంతంగా ఉపయోగించడంలో మరియు మన శారీరక ఆరోగ్యాన్ని మెరుగుపరచడంలో సహాయపడతాయి.

మైండ్‌ఫుల్ కదలిక అనేది శారీరక కదలిక యొక్క ఒక రూపం, ఇది శ్రద్ధ మరియు హృదయపూర్వకతతో నిర్వహించబడుతుంది. ఇది మన శరీరంలోని భాగాలను మరియు అనుభూతులను అవగాహన చేసుకోవడంపై దృష్టి పెడుతుంది. మైండ్‌ఫుల్ కదలికలోని కొన్ని సాధారణ రూపాలు యోగా, తై-చి, మరియు డాన్స్ మెడిటేషన్.

శరీర-సానుకూల పద్ధతులు శరీరం యొక్క ఆరోగ్యం మరియు సంక్షేమంపై దృష్టి పెడతాయి. అవి మన శరీరాలను గౌరవించడం మరియు అంగీకరించడంపై దృష్టి పెడతాయి. శరీర-సానుకూల పద్ధతులలోని కొన్ని సాధారణ రూపాలు యోగా, థెరప్యూటిక్ టచ్, మరియు శరీర చిత్రణ.

మైండ్‌ఫుల్ కదలిక మరియు శరీర-సానుకూల పద్ధతులు అనేక ప్రయోజనాలను అందిస్తాయి, వీటిలో:

- మెరుగైన శారీరక ఆరోగ్యం: మైండ్‌ఫుల్ కదలిక మరియు శరీర-సానుకూల పద్ధతులు మన శరీరాలను మరింత బలంగా మరియు సమర్ధవంతంగా చేయడంలో సహాయపడతాయి. అవి మన శరీర బరువును

నిర్వహించడానికి, మన మోటార్ నైపుణ్యాలను మెరుగుపరచడానికి మరియు మన సురక్షితతను పెంచడానికి సహాయపడతాయి.

- మెరుగైన మానసిక ఆరోగ్యం: మైండ్ఫుల్ కదలిక మరియు శరీర-సానుకూల పద్ధతులు మన ఒత్తిడి స్థాయిలను తగ్గించడంలో, మన మానసిక స్థిరత్వాన్ని మెరుగుపరచడంలో మరియు మన స్వీయ-అభిమానాన్ని పెంచడంలో సహాయపడతాయి.

మీ సంచలనాత్మకత మరియు సాన్నిహిత్యాన్ని తిరిగి పొందడం

సంచలనాత్మకత మరియు సాన్నిహిత్యం అనేవి ఏదైనా సంబంధంలో ముఖ్యమైన అంశాలు. అవి మనకు ఆనందం, సంతోషం మరియు సంతృప్తిని అందిస్తాయి. అయితే, సంవత్సరాలు గడిచేకొద్దీ, ఈ అంశాలు కొంతవరకు క్షీణించవచ్చు. ఇది ఒత్తిడి, బాధ్యతలు లేదా ఇతర కారణాల వల్ల సంభవించవచ్చు.

మీ సంచలనాత్మకత మరియు సాన్నిహిత్యాన్ని తిరిగి పొందడానికి మీరు కొన్ని విషయాలు చేయవచ్చు.

- కొత్త విషయాలను ప్రయత్నించండి. మీరు మీ భాగస్వామితో కలిసి కొత్త విషయాలను ప్రయత్నించడం ద్వారా మీ సంబంధంలో కొత్త ఉత్తేజాన్ని తెచ్చుకోవచ్చు. ఇది కొత్త కార్యకలాపాలు, కొత్త ప్రదేశాలను సందర్శించడం లేదా కొత్త ఆహారాలను ప్రయత్నించడం కావచ్చు.

- ఒకరినొకరు పరిశోధించండి. మీరు మీ భాగస్వామితో ఒకరినొకరు పరిశోధించడం ద్వారా మీ సంబంధంలో మరింత సాన్నిహిత్యాన్ని పెంచుకోవచ్చు. మీరు ఒకరినొకరు ఏమి ఇష్టపడతారు, ఏమి చెడుగా భావిస్తారు, మీరు ఏమి చేయాలనుకుంటున్నారు లేదా ఏమి చేయకూడదని మీరు కోరుకుంటున్నారు అనే దాని గురించి మాట్లాడండి.

- ఒకరినొకరు ప్రశంసించండి. మీరు మీ భాగస్వామిని ప్రశంసించడం ద్వారా మీ సంబంధంలో మరింత

సానుకూలతను పెంచుకోవచ్చు. మీరు వారిని ఆకర్షణీయంగా, తెలివైనవారు లేదా వినూత్నంగా భావిస్తారని వారికి తెలియజేయండి.

- ఒకరినొకరు కౌగిలించండి. శారీరక దగ్గరత అనేది సంబంధంలో ముఖ్యమైన అంశం. మీరు మీ భాగస్వామిని కౌగిలించడం ద్వారా మీరు వారిని ప్రేమిస్తారని మరియు వారిని కోరుకుంటారని వారికి తెలియజేయవచ్చు.

- ఒకరినొకరు వినండి. మీరు మీ భాగస్వామిని నిజంగా వినడం ద్వారా మీ సంబంధంలో మరింత నమ్మకాన్ని పెంచుకోవచ్చు. వారి భావాలను అర్థం చేసుకోవడానికి మరియు వారి అవసరాలను తీర్చడానికి మీరు ప్రయత్నించండి.

మీరు ఈ చిట్కాలను అనుసరించడం ద్వారా, మీరు మీ సంచలనాత్మకత మరియు సాన్నిహిత్యాన్ని తిరిగి పొందవచ్చు మరియు మీ సంబంధాన్ని మరింత బలంగా మరియు ఆనందకరంగా చేయవచ్చు.

Chapter 5: Building Healthy Relationships
అధ్యాయం 5: ఆరోగ్యకరమైన సంబంధాలను నిర్మించడం

సరిహద్దులు ఏర్పరచుకోవడం మరియు స్వీయ-సంరక్షణకు ప్రాధాన్యత ఇవ్వడం

సరిహద్దులు అనేవి మన వ్యక్తిగత స్పేస్ మరియు భద్రతను రక్షించడానికి మనం ఏర్పరచుకునే నియమాలు. అవి మన అవసరాలు మరియు భావాలను ఇతరులకు తెలియజేయడానికి మనకు సహాయపడతాయి. స్వీయ-సంరక్షణ అనేది మన శారీరక, మానసిక మరియు భావోద్వేగ ఆరోగ్యాన్ని నిర్వహించడానికి మనం చేసే విషయాలు.

సరిహద్దులు మరియు స్వీయ-సంరక్షణ మన జీవితంలో చాలా ముఖ్యమైనవి. అవి మనకు ఆరోగ్యకరమైన సంబంధాలను కలిగి ఉండటానికి, మన ఆత్మవిశ్వాసాన్ని పెంచుకోవడానికి మరియు మన జీవితంలో సంతోషాన్ని కనుగొనడానికి సహాయపడతాయి.

సరిహద్దులను ఏర్పరచుకోవడానికి మరియు స్వీయ-సంరక్షణకు ప్రాధాన్యత ఇవ్వడానికి కొన్ని చిట్కాలు

- మీ అవసరాలు మరియు భావాలను అర్థం చేసుకోండి. మీరు ఏమి కోరుకుంటున్నారో మీరు అర్థం చేసుకోకపోతే, మీరు సరిహద్దులను ఏర్పరచుకోవడం కష్టం. మీరు ఎప్పుడు అలసిపోతారు, ఎప్పుడు మీకు విశ్రాంతి అవసరం, మరియు ఎప్పుడు మీరు మీ స్వంత

సమయాన్ని కలిగి ఉండాలనుకుంటున్నారు అనే దాని గురించి ఆలోచించండి.

- మీ అవసరాలను ఇతరులకు తెలియజేయండి. మీరు మీ అవసరాలను ఇతరులకు తెలియజేయకపోతే, వారు వాటిని అర్థం చేసుకోరు. మీరు ఏమి కోరుకుంటున్నారో వారికి సూటిగా మరియు స్పష్టంగా చెప్పండి.

- మీ మాటలను అనుసరించండి. మీరు మీ అవసరాలను తెలియజేస్తే, వాటిని అనుసరించడం ముఖ్యం. మీరు ఏదైనా చెబితే, దానిని చేయడానికి సిద్ధంగా ఉండండి.

- మీ స్వంత సమయాన్ని గడపండి. మీరు మీ స్వంత సమయాన్ని గడపకపోతే, మీరు మీరే పూర్తిగా చూసుకోలేరు. మీరు ప్రతిరోజూ కొంత సమయాన్ని మీకు రిజర్వ్ చేయండి, ఇది మీరు మీకు ఇష్టమైనవి చేయడానికి మరియు మీ శక్తిని పునరుద్ధరించడానికి ఉపయోగించవచ్చు.

- సహాయం కోసం అడగండి. మీరు స్వీయ-సంరక్షణను నిర్వహించడంలో ఇబ్బంది పడుతుంటే, సహాయం కోసం అడగడం సిగ్గుపడటానికి కారణం కాదు. థెరపిస్ట్ లేదా కౌన్సెలర్‌తో మాట్లాడటం మీకు సహాయపడవచ్చు.

విషపూరిత సంబంధాలను గుర్తించడం మరియు ముగించడం

విషపూరిత సంబంధాలు అనేవి మన ఆరోగ్యం మరియు సంక్షేమానికి హానికరం. అవి మన భావోద్వేగాలను, ఆత్మవిశ్వాసాన్ని మరియు మానసిక ఆరోగ్యాన్ని దెబ్బతీస్తాయి.

విషపూరిత సంబంధాలను గుర్తించడం కష్టం కావచ్చు, ఎందుకంటే అవి తరచుగా మనకు అలవాటుగా మారతాయి. అయితే, కొన్ని సంకేతాలు మనకు సహాయపడతాయి.

విషపూరిత సంబంధాల యొక్క కొన్ని సంకేతాలు:

- మీరు ఎప్పుడూ తప్పుగా భావిస్తారు.
- మీరు ఎల్లప్పుడూ క్షమించాల్సి ఉంటుంది.
- మీరు ఎల్లప్పుడూ మీ భావాలను దాచాల్సి ఉంటుంది.
- మీరు ఎల్లప్పుడూ ఒంటరిగా లేదా విడిచిపెట్టబడినట్లు భావిస్తారు.
- మీరు మానసికంగా లేదా శారీరకంగా హింసించబడుతున్నారు.

మీరు ఈ సంకేతాలలో కొన్ని లేదా అన్నింటినీ అనుభవిస్తే, మీరు విషపూరిత సంబంధంలో ఉన్నారని అర్థం చేసుకోవడం ముఖ్యం.

విషపూరిత సంబంధాలను ముగించడం కష్టం కావచ్చు, కానీ అది సాధ్యమే. ఇక్కడ కొన్ని చిట్కాలు ఉన్నాయి:

- మీరు ఏమి చేస్తున్నారో మీరు నిర్ణయించుకున్నారని నిర్ధారించుకోండి. మీరు ఒకే రోజున సంబంధాన్ని ముగించాలని నిర్ణయించకూడదు. కొంత సమయం తీసుకోండి మరియు మీరు నిజంగా ఏమి చేయాలనుకుంటున్నారో ఆలోచించండి.

- మీరు ఒంటరిగా లేరని గుర్తుంచుకోండి. మీరు మీ సంబంధం గురించి మాట్లాడటానికి మద్దతు ఇవ్వగల మరియు మీకు సహాయం చేయగల స్నేహితులు, కుటుంబ సభ్యులు లేదా థెరపిస్ట్‌లను కనుగొనండి.

- మీకు సహాయం చేయడానికి అందుబాటులో ఉన్న వనరుల గురించి తెలుసుకోండి. మీరు విషపూరిత సంబంధాల నుండి బయటపడటంలో సహాయపడే అనేక సంస్థలు మరియు వెబ్‌సైట్లు అందుబాటులో ఉన్నాయి.

విషపూరిత సంబంధాన్ని ముగించడం అనేది ఒక కష్టమైన ప్రక్రియ, కానీ అది మీకు మంచిది. మీరు మీ జీవితాన్ని మరింత ఆరోగ్యకరమైన మరియు సంతోషకరమైనదిగా మార్చడానికి దోహదపడే మొదటి అడుగు ఇది.

ఆరోగ్యకరమైన కమ్యూనికేషన్ మరియు భావోద్వేగ బుద్ధిని పెంపొందించడం

కమ్యూనికేషన్ అనేది మన జీవితంలో ఒక ముఖ్యమైన అంశం. ఇది మనం ఇతరులతో సంబంధాలు ఏర్పరచుకోవడానికి, మన అవసరాలను తెలియజేయడానికి మరియు మన లక్ష్యాలను సాధించడానికి మనకు సహాయపడుతుంది.

ఆరోగ్యకరమైన కమ్యూనికేషన్ అనేది స్పష్టమైన, లక్ష్యం-ఆధారిత మరియు మర్యాదపూర్వకమైనది. ఇది ఇతరుల భావాలను గౌరవిస్తుంది మరియు సహకారాన్ని ప్రోత్సహిస్తుంది.

భావోద్వేగ బుద్ధి అనేది మన భావాలను అర్థం చేసుకోవడానికి, నిర్వహించడానికి మరియు వాటిని ఆరోగ్యకరమైన మార్గాల్లో వ్యక్తపరచడానికి మనకు సహాయపడే సామర్థ్యం.

ఆరోగ్యకరమైన కమ్యూనికేషన్ మరియు భావోద్వేగ బుద్ధి ఒకదానితో ఒకటి అనుసంధానించబడి ఉన్నాయి. మన భావాలను అర్థం చేసుకోగలిగితే, మనం వాటిని మరింత స్పష్టంగా మరియు లక్ష్యం-ఆధారితంగా వ్యక్తపరచగలము. మనం మంచి కమ్యూనికేటర్లుగా ఉంటే, మనం ఇతరుల భావాలను మరింత బాగా అర్థం చేసుకోగలము.

ఆరోగ్యకరమైన కమ్యూనికేషన్ మరియు భావోద్వేగ బుద్ధిని పెంపొందించడానికి కొన్ని మార్గాలు ఇక్కడ ఉన్నాయి:

- మీ భావాలను అర్థం చేసుకోండి: మీరు ఏమి అనుభవిస్తున్నారో గుర్తించడానికి సమయం కేటాయించండి. మీ భావాలను గుర్తించడానికి మరియు

వాటిని వర్గీకరించడానికి మీకు సహాయపడే టెక్నిక్ లను ఉపయోగించండి.

- మీ భావాలను నిర్వహించండి: మీ భావాలు మీపై నియంత్రణ వహించకుండా ఉండటానికి మార్గాలను కనుగొనండి. మీరు ఒత్తిడితో ఉన్నప్పుడు లేదా కోపంగా ఉన్నప్పుడు ఏమి చేయాలనుకుంటున్నారో ముందుగానే ప్లాన్ చేయండి.

- మీ భావాలను ఆరోగ్యకరమైన మార్గాల్లో వ్యక్తపరచండి: మీ భావాలను ఇతరులతో ఎలా సానుకూలంగా మరియు ప్రభావవంతంగా పంచుకోవాలో నేర్చుకోండి.

- మరొకరి భావాలను అర్థం చేసుకోండి: ఇతరుల భావాలను అర్థం చేసుకోవడానికి మీ సమయం కేటాయించండి. వారు ఏమి అనుభవిస్తున్నారో గుర్తించడానికి మరియు వారి భావాలను గౌరవించడానికి ప్రయత్నించండి.

నిజమైన మరియు సహాయక సంబంధాలను పెంపొందించడం

సంబంధాలు మన జీవితంలో ఒక ముఖ్యమైన అంశం. అవి మనకు ప్రేమ, మద్దతు మరియు ఆనందాన్ని అందిస్తాయి. నిజమైన మరియు సహాయక సంబంధాలు ప్రత్యేకంగా విలువైనవి. అవి మనకు భావోద్వేగపరంగా ఆరోగ్యంగా ఉండటానికి మరియు మన జీవితాలలో మంచి విషయాలను సాధించడానికి సహాయపడతాయి.

నిజమైన మరియు సహాయక సంబంధాల లక్షణాలు

నిజమైన మరియు సహాయక సంబంధాలు క్రింది లక్షణాలను కలిగి ఉంటాయి:

- అవి నమ్మకం మరియు గౌరవంపై నిర్మించబడ్డాయి.
- అవి స్పష్టమైన మరియు నిజాయితీ కమ్యూనికేషన్‌పై ఆధారపడి ఉంటాయి.
- అవి మద్దతు మరియు అర్థంపై దృష్టి పెడతాయి.
- అవి సంక్లిష్టమైన భావాలను నిర్వహించడానికి మరియు క్షమించడానికి మనకు సహాయపడతాయి.

నిజమైన మరియు సహాయక సంబంధాలను పెంపొందించడానికి చిట్కాలు

నిజమైన మరియు సహాయక సంబంధాలను పెంపొందించడానికి మీరు కొన్ని విషయాలు చేయవచ్చు:

- మీరు ఎవరితోనైనా సంబంధం కలిగి ఉండాలనుకుంటున్నారో ఆలోచించండి. మీకు ఏమి ముఖ్యం? మీరు ఎటువంటి లక్షణాలను చూస్తున్నారు?

- మీ అవసరాలు మరియు భావాలను అర్థం చేసుకోండి. మీరు సంబంధంలో ఏమి కోరుకుంటున్నారు? మీరు ఎలా సంబంధంలో ఉండాలనుకుంటున్నారు?

- మీరు ఎవరితోనైనా సంబంధం కలిగి ఉన్నప్పుడు, మీరు ఎవరు అని నిజంగా ప్రదర్శించండి. మీరు మీ అసలు స్వంత వ్యక్తిని ఉంచుకోవడానికి భయపడకండి.

- స్పష్టంగా మరియు నిజాయితీగా కమ్యూనికేట్ చేయండి. మీరు ఏమి ఆలోచిస్తున్నారో లేదా భావించారో మీరు ఎప్పుడూ చెప్పడానికి భయపడకండి.

- మీరు భావించే విధంగా ఇతరులను వినండి. వారి అవసరాలు మరియు భావాలను గౌరవించండి.

- మద్దతు మరియు అర్థాన్ని అందించండి. మీరు ఇతరులకు ఒక ఆస్తిగా ఉండండి.

- సంక్లిష్టమైన భావాలను నిర్వహించడానికి మరియు క్షమించడానికి నేర్చుకోండి. ఒకరినొకరు తప్పు చేస్తాము. క్షమించడం నేర్చుకోవడం సంబంధాలను బలోపేతం చేస్తుంది.

Chapter 6: Finding Your Purpose and Passion
అధ్యాయం 6: మీ ఉద్దేశ్యం మరియు ఆసక్తిని కనుగొనడం

మీ విలువలు మరియు ప్రాథమిక నమ్మకాలను అన్వేషించడం

మన జీవితాలను నడిపించే శక్తివంతమైన దిక్సూచి మన విలువలు మరియు ప్రాథమిక నమ్మకాలు. అవి మన నిర్ణయాలను ప్రభావితం చేస్తాయి, మన చర్యలను మార్గనిర్దేశం చేస్తాయి మరియు మనకు ఎవరు అనే భావాన్ని నిర్వచిస్తాయి.

విలువలు అంటే ఏమిటి?

విలువలు అనేవి మనకు ముఖ్యమైనవిగా భావించే విషయాలు. అవి మనకు మంచి మరియు చెడు, సరైన మరియు తప్పు గురించి మనకు తెలియజేస్తాయి. మన విలువలు మన ఆలోచనలు, భావాలు మరియు చర్యలను రూపొందిస్తాయి.

ప్రాథమిక నమ్మకాలు అంటే ఏమిటి?

ప్రాథమిక నమ్మకాలు మన గురించి మరియు మన చుట్టూ ఉన్న ప్రపంచం గురించి ఉన్న లోతైన నమ్మకాలు. అవి మన అనుభవాలు, సంస్కృతి మరియు పెంపకం ద్వారా ఆకారంలో ఉన్నాయి. మన ప్రాథమిక నమ్మకాలు మన ప్రపంచాన్ని ఎలా చూస్తాయో మరియు అందులో మన స్థానాన్ని ప్రభావితం చేస్తాయి.

మీ విలువలు మరియు ప్రాథమిక నమ్మకాలను అన్వేషించడం ఎందుకు ముఖ్యం?

మీ విలువలు మరియు ప్రాథమిక నమ్మకాలను అర్థం చేసుకోవడం అనేది ఒక ఆత్మపరిశీలన ప్రక్రియ. ఇది మీ గురించి మరియు మీరు జీవితాన్ని ఎలా అనుభవించాలనుకుంటున్నారో మరింత తెలుసుకోవడానికి సహాయపడుతుంది.

మీ విలువలు మరియు ప్రాథమిక నమ్మకాలు స్పష్టంగా ఉన్నప్పుడు, మీరు:

- మీ జీవితంలో మరింత ఉద్దేశ్యం మరియు దిశను కనుగొనండి.
- మీ నిర్ణయాలకు మరింత ధైర్యంగా మరియు నిశ్చయంగా ఉండండి.
- జీవితంలోని సవాళ్లను మరింత నిరంతరంగా ఎదుర్కోండి.
- మీకు లోతైన మరియు సంతృప్తికరమైన సంబంధాలను ఏర్పరచుకోండి.

మీ విలువలు మరియు ప్రాథమిక నమ్మకాలను అన్వేషించడానికి చిట్కాలు:

- ఆత్మపరిశీలనకు సమయం కేటాయించండి. మీ ఆలోచనలు, భావాలు మరియు చర్యలను ప్రతిబింబించండి.

- మీకు ఏమి ముఖ్యమో గుర్తించండి. మీరు ఏమి ఆశిస్తున్నారు? మీరు ఏమి భయపడుతున్నారు? మీ జీవితంలో ఏమి సాధించాలనుకుంటున్నారు?

- మీ విలువలకు అనుగుణంగా జీవించడానికి ప్రయత్నించండి. మీ నిర్ణయాలు మరియు చర్యలు మీ విలువలతో సమకాలికరించుకోవడానికి ప్రయత్నించండి.

- మీ ప్రాథమిక నమ్మకాలను పరిశీలించండి. మీరు ఎందుకు నమ్ముతున్నారు? మీ నమ్మకాలు మిమ్మల్ని ఎలా ప్రభావితం చేస్తాయి?

- మీ ప్రాథమిక నమ్మకాలను సవాలు చేయడానికి సిద్ధంగా ఉండండి. కొన్నిసార్లు మన ప్రాథమిక నమ్మకాలు మనకు ఇకపై సేవ చేయవు.

మీ ప్రత్యేకమైన బహుమతులు మరియు ప్రతిభలను కనుగొనడం

ప్రతి వ్యక్తిలో ఏదో ఒక ప్రత్యేకత ఉంది. మనలో ప్రతి ఒక్కరూ మనం ఏదో ఒక విషయంలో మంచిగా ఉన్నాము. మనం ఏమి చెయ్యగలమో మనం తెలుసుకుంటే, అది మన జీవితాలను మరింత సంతృప్తికరంగా మరియు అర్థవంతంగా మార్చగలదు.

మీ ప్రత్యేకమైన బహుమతులు మరియు ప్రతిభలను కనుగొనడానికి ఇక్కడ కొన్ని చిట్కాలు ఉన్నాయి:

- ఆత్మపరిశీలనకు సమయం కేటాయించండి. మీరు ఏమి ఇష్టపడతారు? మీకు ఏది వచ్చినట్లు అనిపిస్తుంది? మీరు ఏ విషయంలో మంచిగా ఉన్నారు?

- మీ గురించి ఇతరుల నుండి అభిప్రాయాలను పొందండి. మీ స్నేహితులు, కుటుంబ సభ్యులు మరియు సహోద్యోగులు మీరు ఏమి చేయగలరని అనుకుంటున్నారో వారినుండి అడగండి.

- వివిధ రకాల కార్యకలాపాలలో మీ అవకాశాలను ప్రయత్నించండి. మీకు ఏమి ఇష్టమో మీరు కనుగొనడానికి ఇది మంచి మార్గం.

- మీ ప్రత్యేకతలను మరింత అభివృద్ధి చేయడానికి సమయం మరియు కృషిని పెట్టండి. మీరు మీ ప్రత్యేక బహుమతులను మరింత అభివృద్ధి చేయడానికి కృషి చేస్తే, మీరు వాటిని మరింత సమర్థవంతంగా ఉపయోగించగలుగుతారు.

మీ ప్రత్యేకమైన బహుమతులు మరియు ప్రతిభలను కనుగొనడం అనేది ఒక ప్రయాణం. ఇది ఒక రాత్రిలో జరగదు. కానీ మీరు కృషి చేస్తే, మీరు మీ జీవితంలో ఒక అర్థవంతమైన మరియు సంతృప్తికరమైన స్థానాన్ని కనుగొనగలుగుతారు.

మీ ప్రత్యేకమైన బహుమతులు మరియు ప్రతిభలను మీరు కనుగొన్న తర్వాత, వాటిని మీ జీవితంలో ఉపయోగించడం ప్రారంభించండి. మీరు వాటిని మీ కెరీర్లో, మీ సంబంధాలలో మరియు మీ సమాజంలో ఉపయోగించవచ్చు.

మీ ప్రత్యేకమైన బహుమతులు మరియు ప్రతిభలను కనుగొనడం ద్వారా, మీరు మీ జీవితంలో మరింత సంతోషం మరియు సంతృప్తిని కనుగొనగలుగుతారు.

అర్థవంతమైన లక్ష్యాలను నిర్దేశించుకోవడం మరియు వాటిని మీ దృష్టితో సమలేఖనం చేయడం

లక్ష్యాలు మన జీవితాలకు దిశను మరియు ఉద్దేశ్యాన్ని ఇస్తాయి. అవి మనకు ఏమి చేయాలనుకుంటున్నామో మరియు ఎక్కడికి వెళ్లాలనుకుంటున్నామో గుర్తు చేస్తాయి. అర్థవంతమైన లక్ష్యాలు మనకు మరింత సంతోషం మరియు సంతృప్తిని కలిగిస్తాయి.

అర్థవంతమైన లక్ష్యాలను ఎలా నిర్దేశించుకోవాలి?

అర్థవంతమైన లక్ష్యాలు క్రింది లక్షణాలను కలిగి ఉంటాయి:

- విశాలమైనవి: అవి దీర్ఘకాలిక, భవిష్యత్తును స్పృహలో ఉంచుకుంటాయి.
- నిర్దిష్టమైనవి: అవి స్పష్టంగా మరియు స్పష్టంగా నిర్వచించబడ్డాయి.
- అర్థవంతమైనవి: అవి మీ విలువలు మరియు ప్రాథమిక నమ్మకాలతో స్థిరంగా ఉంటాయి.
- అందుకునేలా ఉంటాయి: అవి మీ సామర్థ్యాలకు మరియు వనరులకు అనుగుణంగా ఉంటాయి.

మీ లక్ష్యాలను మీ దృష్టితో ఎలా సమలేఖనం చేయాలి?

మీ లక్ష్యాలను మీ దృష్టితో సమలేఖనం చేయడానికి, మీరు మీ దృష్టి ఏమిటో మొదట అర్థం చేసుకోవాలి. మీ దృష్టి అనేది మీ జీవితంలో మీరు సాధించాలనుకుంటున్న చివరి ఫలితం.

మీ దృష్టిని అర్థం చేసుకున్న తర్వాత, మీ లక్ష్యాలను దానితో ఎలా సమలేఖనం చేయాలో ఆలోచించండి. మీ లక్ష్యాలు మీ దృష్టిని సాధించడంలో మీకు సహాయపడతాయా? అవి మీ దృష్టిని మరింత దగ్గరికి తీసుకువెళతాయా?

మీ లక్ష్యాలను మీ దృష్టితో సమలేఖనం చేయడానికి, మీరు క్రింది ప్రశ్నలను అడగవచ్చు:

- ఈ లక్ష్యం నాకు ఏమి ఇస్తుంది?
- ఈ లక్ష్యం నా జీవితంలో ఏ ప్రభావాన్ని చూపుతుంది?
- ఈ లక్ష్యం నా దృష్టిని సాధించడానికి నాకు ఎలా సహాయపడుతుంది?

మీ లక్ష్యాలను మీ దృష్టితో సమలేఖనం చేయడం ద్వారా, మీరు మీ జీవితంలో మరింత సమర్ధవంతంగా మరియు సంతృప్తికరంగా ఉండే అవకాశాలను పెంచుతున్నారు.

అర్థవంతమైన లక్ష్యాలను నిర్దేశించడానికి మరియు వాటిని మీ దృష్టితో సమలేఖనం చేయడానికి కొన్ని చిట్కాలు:

- మీ విలువలు మరియు ప్రాథమిక నమ్మకాలను అర్థం చేసుకోండి. అవి మీ లక్ష్యాలను నిర్ణయించడంలో మీకు సహాయపడతాయి.

చర్యలు తీసుకోవడం మరియు వ్యక్తిగత అభివృద్ధి ప్రయాణాన్ని స్వీకరించడం

వ్యక్తిగత అభివృద్ధి అనేది మీ జీవితంలో మరింత సంతృప్తికరంగా మరియు సమర్థవంతంగా ఉండటానికి నేర్చుకోవడం మరియు పెరుగుదల. ఇది ఒక ప్రయాణం, మరియు ఈ ప్రయాణంలో చాలా మంది ప్రజలు తీసుకునే ఒక ముఖ్యమైన దశ చర్యలు తీసుకోవడం.

చర్యలు తీసుకోవడం ఎందుకు ముఖ్యం?

చర్యలు తీసుకోవడం వలన మీరు మీ లక్ష్యాలను సాధించడానికి మరింత దగ్గరగా వస్తారు. మీరు ఏమి చేయాలనుకుంటున్నారో మీకు తెలుసు, కానీ మీరు దాని కోసం పని చేయకపోతే, మీరు దానిని ఎప్పటికీ సాధించలేరు.

చర్యలు తీసుకోవడం వలన మీరు మీ సామర్థ్యాలను పెంపొందించుకోగలుగుతారు. మీరు కొత్త పనులను ప్రయత్నిస్తే, మీరు మీకు ఏమి చేయగలరో మీరు ఆశ్చర్యపోతారు.

చర్యలు తీసుకోవడం వలన మీరు మీ స్వంత శక్తిని నమ్మడం ప్రారంభిస్తారు. మీరు ఒంటరిగా కష్టపడి పనిచేస్తే, మీరు మీ లక్ష్యాలను సాధించగలరని మీరు చూస్తారు.

వ్యక్తిగత అభివృద్ధి ప్రయాణంలో చర్యలు తీసుకోవడానికి కొన్ని చిట్కాలు:

- మీ లక్ష్యాలను నిర్దేశించండి. మీరు ఏమి సాధించాలనుకుంటున్నారో మీకు తెలియకపోతే, మీరు ఎక్కడికి వెళ్తున్నారో మీకు తెలియదు.

- మీ లక్ష్యాలను విభజించండి. మీ లక్ష్యాలు చాలా పెద్దవిగా ఉంటే, అవి అసాధ్యంగా అనిపిస్తాయి. వాటిని చిన్న, నిర్వహించగల లక్ష్యాలకు విభజించడం ద్వారా, మీరు వాటిని సాధించడం మరింత సులభం అవుతుంది.

- ఒక ప్రణాళికను రూపొందించండి. మీరు ఏమి చేయాలనుకుంటున్నారో మీకు తెలిసిన తర్వాత, మీరు దాని కోసం పని చేయడానికి ఒక ప్రణాళికను రూపొందించాలి.

- ప్రతిబింబించడానికి సమయం కేటాయించండి. మీరు ఏమి చేస్తున్నారో మరియు మీరు ఎక్కడికి వెళ్తున్నారో గుర్తుంచుకోవడానికి ప్రతిబింబించడానికి సమయం కేటాయించండి.

- సహాయం కోసం అడగండి. మీరు స్వతంత్రంగా ప్రయాణించలేకపోతే, మీకు సహాయం కోసం అడగండి. మీకు మద్దతు ఇవ్వడానికి మరియు మీ లక్ష్యాలను సాధించడంలో మీకు సహాయపడటానికి అనేక వనరులు అందుబాటులో ఉన్నాయి.

Chapter 7: Maintaining and Celebrating Your Self-Love

అధ్యాయం 7: మీ ఆత్మ ప్రేమను నిర్వహించడం మరియు జరుపుకోవడం

ఆత్మ ప్రేమ పద్ధతులను మీ రోజువారీ జీవితంలో చేర్చడం

ఆత్మ ప్రేమ అనేది మీరే పూర్తిగా మరియు నిష్కపటంగా అంగీకరించడం మరియు ప్రేమించడం. ఇది మీరు ఎవరో మరియు మీరు ఏమి చేయగలరో గౌరవించడం. ఆత్మ ప్రేమ మీ జీవితంలో ఎల్లప్పుడూ ఆనందం, సంతృప్తి మరియు విజయానికి దారితీస్తుంది.

ఆత్మ ప్రేమ పద్ధతులను మీ రోజువారీ జీవితంలో చేర్చడం ద్వారా, మీరు మీకు మరింత సహాయకరంగా మరియు సంతృప్తికరంగా మారవచ్చు.

ఆత్మ ప్రేమ పద్ధతులను మీ రోజువారీ జీవితంలో చేర్చడానికి కొన్ని చిట్కాలు:

- మీరు ఎవరో మరియు మీరు ఏమి చేయగలరో గౌరవించండి. మీరు మీ బలాలు మరియు బలహీనతలను గుర్తించండి మరియు వాటిని ఆనందించండి.
- మీకు సానుకూల ప్రకటనలు చేయండి. మీరు గురించి మీరు నమ్మే మంచి విషయాలను మీరు ఎల్లప్పుడూ గుర్తుంచుకోండి.

- మీరు ఇష్టపడే పనులను చేయండి. మీకు ఆనందాన్ని ఇచ్చే వాటిపై మీ సమయాన్ని మరియు శక్తిని పెట్టుబడి పెట్టండి.

- మీకు సహాయం చేయడానికి ఇతరులకు సమయం ఇవ్వండి. ఇతరులకు సహాయం చేయడం వలన మీరు మరింత సంతోషంగా మరియు సంతృప్తిగా ఉంటారు.

- మీ ఆరోగ్యం మరియు శ్రేయస్సుకు శ్రద్ధ వహించండి. మీరు ఆరోగ్యంగా మరియు శక్తివంతంగా ఉన్నప్పుడు, మీరు మీ జీవితాన్ని ఎక్కువగా ఆస్వాదించగలుగుతారు.

ఆత్మ ప్రేమ పద్ధతులను మీ రోజువారీ జీవితంలో చేర్చడం ద్వారా, మీరు మరింత సంతోషంగా, సంతృప్తికరంగా మరియు సమర్థవంతంగా మారవచ్చు.

కృతజ్ఞతను పెంపొందించడం మరియు మీ ప్రగతిని అభినందించడం

కృతజ్ఞత అనేది మన జీవితంలో మంచి విషయాలను అంగీకరించడం మరియు వాటి కోసం కృతజ్ఞతను వ్యక్తపరచడం. ఇది మన జీవితంలో మరింత సంతోషం మరియు సంతృప్తిని కలిగిస్తుంది.

మీ ప్రగతిని అభినందించడం అనేది మీరు చేసిన అన్ని మంచి పనులను గౌరవించడం మరియు వాటి కోసం మీకు తాను అభినందించడం. ఇది మీరు మరింత సమర్ధవంతంగా మరియు ప్రేరేపితులనుగా మారడంలో సహాయపడుతుంది.

కృతజ్ఞతను పెంపొందించడానికి మరియు మీ ప్రగతిని అభినందించడానికి కొన్ని చిట్కాలు:

- ప్రతిరోజూ కృతజ్ఞత జర్నల్‌ను ఉంచండి. మీరు ఆ రోజు కృతజ్ఞంగా ఉన్న ప్రతి విషయాన్ని జర్నల్‌లో వ్రాయండి. ఈ విధంగా, మీరు మీ జీవితంలో మంచి విషయాలను ఎప్పుడూ గుర్తుంచుకోవచ్చు.

- ప్రతిరోజూ కొన్ని నిమిషాలు మీరు చేసిన ప్రతి మంచి పనిని ఆలోచించండి. మీరు చేసిన అన్ని మంచి పనులకు మీరే అభినందించండి. ఈ విధంగా, మీరు మీ స్వంత విజయాలను జరుపుకోవచ్చు మరియు మీరు ఎంత గొప్ప విషయాలు చేయగలరో గుర్తుంచుకోవచ్చు.

- ఇతరులకు కృతజ్ఞతను వ్యక్తపరచండి. మీకు సహాయం చేసిన లేదా మీరు కృతజ్ఞంగా ఉన్న ఇతరులకు మీ కృతజ్ఞతను తెలియజేయండి. ఈ విధంగా, మీరు మీ ప్రేమను మరియు గుర్తింపును వ్యక్తపరచవచ్చు.

- కృతజ్ఞతను ప్రేరేపించే చర్యలను చేయండి. ఇతరులకు సహాయం చేయడం, ప్రకృతిని ఆస్వాదించడం లేదా మీకు ఇష్టమైన కార్యకలాపాలను చేయడం వంటివి కృతజ్ఞతను పెంపొందించడంలో సహాయపడతాయి.

కృతజ్ఞతను పెంపొందించడం మరియు మీ ప్రగతిని అభినందించడం ద్వారా, మీరు మరింత సంతోషంగా, సంతృప్తిగా మరియు సమర్ధవంతంగా మారవచ్చు.

కృతజ్ఞత యొక్క ప్రయోజనాలు:

- సంతోషం మరియు సంతృప్తి పెరుగుతాయి. కృతజ్ఞత అనేది మన జీవితంలో మంచి విషయాలను దృష్టిలో ఉంచడంలో సహాయపడుతుంది. ఇది మనకు మరింత సంతోషాన్ని మరియు సంతృప్తిని అందిస్తుంది.
- ఒత్తిడి మరియు ఆందోళన తగ్గుతాయి. కృతజ్ఞత అనేది మన దృష్టిని మనకున్న మంచి విషయాలపై ఉంచడంలో సహాయపడుతుంది. ఇది మనకు ఒత్తిడి మరియు ఆందోళనను తగ్గించడంలో సహాయపడుతుంది.

సవాళ్లను ఎదుగుదల అవకాశాలుగా స్వీకరించడం

జీవితంలో ఎల్లప్పుడూ సవాళ్లు ఉంటాయి. అవి చిన్నవిగా ఉండవచ్చు, వంటి పరీక్షలో పాస్ అవ్వడం లేదా కొత్త ఉద్యోగానికి ఇంటర్వ్యూ ఇవ్వడం. లేదా అవి పెద్దవిగా ఉండవచ్చు, వంటి ప్రేమికుడిని కోల్పోవడం లేదా వ్యాధితో పోరాడడం.

సవాళ్లను ఎదుర్కోవడం కష్టం కావచ్చు, కానీ అవి ఎదుగుదలకు గొప్ప అవకాశాలు కూడా. సవాళ్లు మనల్ని నేర్చుకోవడానికి, పెరగడానికి మరియు మనకు సాధ్యమైనదానికంటే ఎక్కువ చేయడానికి ప్రేరేపిస్తాయి.

సవాళ్లను ఎదుగుదల అవకాశాలుగా స్వీకరించడానికి కొన్ని చిట్కాలు:

- సవాళ్లను ఒక ప్రతికూలంగా కాకుండా సానుకూలంగా చూడండి. అవి మీకు మరింత బలంగా మరియు సమర్ధవంతంగా మారడానికి అవకాశం ఇస్తున్నాయని గుర్తుంచుకోండి.
- మీ సామర్థ్యాలపై నమ్మకం ఉంచండి. మీరు సవాళ్లను అధిగమించగలరని మీకు తెలుసు.
- సహాయం కోసం అడగడానికి సిద్ధంగా ఉండండి. మీరు స్వీయ-తృప్తిని పొందడానికి ప్రయత్నిస్తే, మీరు సవాళ్లను అధిగమించడానికి చాలా కష్టపడవచ్చు.
- సమయం తీసుకోండి. సవాళ్లను అధిగమించడానికి సమయం పడుతుంది. మీరు ఒకేసారి చాలా ఎక్కువ చేయడానికి ప్రయత్నిస్తే, మీరు నిరాశపడతారు.

సవాళ్లు మన జీవితంలోని ముఖ్యమైన భాగాలు. అవి మనల్ని మరింత బలంగా మరియు సమర్ధవంతంగా మార్చగలవు. సవాళ్లను ఎదుగుదల అవకాశాలుగా స్వీకరించడం ద్వారా, మనం మన జీవితంలో మరింత సంతృప్తి మరియు సఫలతను సాధించవచ్చు.

సవాళ్లను ఎదుర్కోవడం ద్వారా మనం పొందగలిగే కొన్ని ప్రయోజనాలు:

- మనకు సాధ్యమైనదానికంటే ఎక్కువ చేయడానికి నేర్చుకుంటాము.
- మన సామర్ధ్యాలపై నమ్మకం పెరుగుతుంది.
- మనం ఎదుర్కొనే ఇతర సవాళ్లకు మనం మరింత బలంగా ఉంటాము.
- మనం మరింత సంతృప్తికరమైన మరియు సఫలమైన జీవితాన్ని గడపగలము.

సవాళ్లను ఎదుర్కోవడం కష్టం కావచ్చు, కానీ అవి మన జీవితంలోని ముఖ్యమైన భాగాలు. సవాళ్లను ఎదుగుదల అవకాశాలుగా స్వీకరించడం ద్వారా, మనం మన జీవితంలో మరింత సంతృప్తి మరియు సఫలతను సాధించవచ్చు.

మీ కాంతిని పంచుకోవడం మరియు ఇతరులకు వారి ఆత్మ ప్రేమ ప్రయాణంలో స్ఫూర్తినివ్వడం

ప్రతి ఒక్కరికి ఒక ప్రత్యేకమైన కాంతి ఉంది, దాన్ని వారు ప్రపంచంతో పంచుకోవచ్చు. ఈ కాంతి మన ప్రేమ, ఆనందం, దయ మరియు సృజనాత్మకతను సూచిస్తుంది. మనం మన కాంతిని పంచుకున్నప్పుడు, మనం ఇతరుల జీవితాలను మరింత ప్రకాశవంతం చేయగలుగుతాము.

మన కాంతిని పంచుకోవడానికి అనేక మార్గాలు ఉన్నాయి. మనం ఇతరులకు సహాయం చేయడానికి మన సమయాన్ని లేదా నైపుణ్యాలను ఇవ్వగలము. మనం మన శక్తి మరియు ఉత్సాహాన్ని వారితో పంచుకోగలము. మనం మన ప్రేమ మరియు ఆనందాన్ని వారితో పంచుకోగలము.

మన కాంతిని పంచుకోవడం ద్వారా, మనం ఇతరులకు వారి ఆత్మ ప్రేమ ప్రయాణంలో స్ఫూర్తినివ్వగలము. మనం వారికి చూపించగలము, వారు కూడా ప్రపంచంతో వారి ప్రత్యేకమైన కాంతిని పంచుకోవచ్చు.

మీ కాంతిని పంచుకోవడానికి కొన్ని మార్గాలు:

- ఇతరులకు సహాయం చేయండి. మీరు స్వచ్ఛందంగా పని చేయవచ్చు, విరాళం ఇవ్వవచ్చు లేదా కేవలం మీ సమయాన్ని మరియు నైపుణ్యాలను ఇవ్వవచ్చు.
- మీ శక్తి మరియు ఉత్సాహాన్ని పంచుకోండి. మీరు ఇతరులను ప్రోత్సహించవచ్చు, వారిని నమ్మమని

చెప్పవచ్చు మరియు వారి సామర్ధ్యాలను విశ్వసించమని చెప్పవచ్చు.

- మీ ప్రేమ మరియు ఆనందాన్ని పంచుకోండి. మీరు మీ హృదయాన్ని తెరిచి ఇతరులతో కనెక్ట్ అవ్వవచ్చు.

మీ కాంతిని పంచుకోవడం ద్వారా మీరు పొందగలిగే కొన్ని ప్రయోజనాలు:

- మీరు మరింత సంతోషంగా మరియు సంతృప్తిగా ఉంటారు.
- మీరు మరింత సంపన్నమైన మరియు అర్ధవంతమైన జీవితాన్ని గడపగలరు.

మీరు ప్రపంచంపై ఒక మంచి ప్రభావాన్ని చూపగలరు. ప్రతి ఒక్కరిలోనూ ఒక ప్రత్యేకమైన కాంతి ఉంది. అది మా ఆత్మ యొక్క ప్రకాశం. మనం ఈ కాంతిని ఇతరులతో పంచుకోవడానికి రూపొందించబడ్డాము. మన కాంతిని పంచుకోవడం ద్వారా, మనం ప్రపంచాన్ని మెరుగైన ప్రదేశంగా మార్చగలము మరియు ఇతరులకు వారి ఆత్మ ప్రేమ ప్రయాణంలో స్ఫూర్తినివ్వగలము.

మీ కాంతిని ఎలా పంచుకోవచ్చు?

మీ కాంతిని పంచుకోవడానికి అనేక మార్గాలు ఉన్నాయి. కొన్ని సాధారణ మార్గాలు ఇక్కడ ఉన్నాయి:

- మీ ప్రేమను మరియు శ్రద్ధను ఇతరులతో పంచుకోండి. మీరు ఇతరులను ప్రేమిస్తారని మరియు వారిని పట్టించుకుంటారని మీరు వారికి తెలియజేయడం

ద్వారా, మీరు మీ కాంతిని పంచుకోవడం ప్రారంభించవచ్చు.

ప్రేమను మరియు శ్రద్ధను ఇతరులతో పంచుకోండి

- మీరు కలిగి ఉన్న నైపుణ్యాలు మరియు వనరులను ఇతరులతో పంచుకోండి. మీరు ఏదైనా చేయగలరని మీరు తెలుసుకుంటే, దానిని ఇతరులతో పంచుకోండి. మీరు వారికి సహాయం చేయడానికి మరియు వారి జీవితాల్లో మార్పును తీసుకురావడానికి మీకు సహాయపడుతుంది.

- మీ ఆనందాన్ని మరియు ఉత్సాహాన్ని ఇతరులతో పంచుకోండి. మీరు జీవితాన్ని ఆస్వాదిస్తారని మరియు ప్రతి రోజును శృంగారంగా గడపాలనుకుంటారని మీరు వారికి తెలియజేయడం ద్వారా, మీరు మీ కాంతిని పంచుకోవడం ప్రారంభించవచ్చు.

- మీ దైర్యాన్ని మరియు ధృడనిశ్చయాన్ని ఇతరులతో పంచుకోండి. మీరు ఎదుర్కొనే సవాళ్లను మీరు ఎలా అధిగమించారో వారికి తెలియజేయడం ద్వారా, మీరు మీ కాంతిని పంచుకోవడం ప్రారంభించవచ్చు.

మీ కాంతిని ఇతరులతో పంచుకోవడం ద్వారా, మీరు మీ జీవితంలో మరింత సంతోషం, సంతృప్తి మరియు అర్థాన్ని కనుగొనగలరు. మీరు ప్రపంచాన్ని మెరుగైన ప్రదేశంగా మార్చగలరు మరియు ఇతరులకు వారి ఆత్మ ప్రేమ ప్రయాణంలో స్ఫూర్తినివ్వగలరు.

-

మీ కాంతిని పంచుకోవడానికి కొన్ని మార్గాలు:

మీరు ప్రేమించే విషయాలను చేయండి. మీరు చేసే పనులలో మీరు సంతోషంగా ఉన్నప్పుడు, మీరు మరింత సానుకూలంగా మరియు ప్రేరేపితులను ఉంటారు. మీ ఆనందం ఇతరులకు అంటువ్యాధిలా వ్యాపిస్తుంది మరియు వారి జీవితాలను మెరుగుపరుస్తుంది.

మీరు ప్రేమించే విషయాలను చేయండి

మీరు నమ్మే వాటి కోసం నిలబడండి. మీరు నమ్మే వాటి కోసం నిలబడినప్పుడు, మీరు మీ స్వంత శక్తి మరియు సామర్ధ్యాలను నమ్మడానికి ఇతరులను ప్రోత్సహిస్తారు. మీరు మీ స్వంత కథను చెప్పడం ద్వారా మరియు మీరు ఎదుర్కొన్న సవాళ్లను ఎలా అధిగమించారో ఇతరులతో పంచుకోవడం ద్వారా చేయవచ్చు.

ఇతరులకు సహాయం చేయండి. ఇతరులకు సహాయం చేయడం ద్వారా, మీరు మీ స్వంత జీవితంలో అర్ధాన్ని మరియు ప్రయోజనాన్ని కనుగొంటారు. మీరు మీ సమయం, నైపుణ్యాలను లేదా వనరులను ఇవ్వడం ద్వారా ఇతరులకు సహాయం చేయవచ్చు.

ఇతరులకు సహాయం చేయండి

మీ స్వంత ఆత్మ ప్రేమ ప్రయాణంలో నిజంగా ఉండండి. మీరు మీ స్వంత ఆత్మ ప్రేమ ప్రయాణంలో నిజంగా ఉన్నప్పుడు, మీరు ఇతరులకు ఒక మంచి ఉదాహరణను ఏర్పరుస్తారు. మీరు మీ బలాలు మరియు బలహీనతలను అంగీకరించడానికి, మీ వ్యక్తిగత సరిహద్దులను గౌరవించడానికి మరియు మీ కోసం మంచిదాన్ని ఎంచుకోవడానికి సిద్ధంగా ఉన్నప్పుడు ఇది జరుగుతుంది.

www.ingramcontent.com/pod-product-compliance
Lightning Source LLC
LaVergne TN
LVHW020435080526
838202LV00055B/5202